ந[illegible] தவறிய வரலாறு

நடக்கத் தவறிய வரலாற்றின்
தொலைநோக்குக் கற்பனைக் கதை

கதை, கற்பனை, எழுத்து

பாரதி மாசிலாமணி

உதவி

விஜயலட்சுமி மாசிலாமணி

notionpress
.com

INDIA • SINGAPORE • MALAYSIA

Notion Press Media Pvt Ltd

No. 50, Chettiyar Agaram Main Road
Vanagaram, Chennai, Tamil Nadu – 600 095

First Published by Notion Press 2021
Copyright © Bharathi Masilamani 2021
All Rights Reserved.

ISBN 978-1-68523-416-4

This book has been published with all efforts taken to make the material error-free after the consent of the author. However, the author and the publisher do not assume and hereby disclaim any liability to any party for any loss, damage, or disruption caused by errors or omissions, whether such errors or omissions result from negligence, accident, or any other cause.

While every effort has been made to avoid any mistake or omission, this publication is being sold on the condition and understanding that neither the author nor the publishers or printers would be liable in any manner to any person by reason of any mistake or omission in this publication or for any action taken or omitted to be taken or advice rendered or accepted on the basis of this work. For any defect in printing or binding the publishers will be liable only to replace the defective copy by another copy of this work then available.

பொருளடக்கம்

சமர்ப்பணம்

அப்பா: தெளிந்த எண்ணம், சீரான சிந்தனை கொண்டு, உள்ளுவதெல்லாம் உயர்வுள்ளல் என்று ஊட்டி வளர்த்து, என்றும் வானில் மின்னும் நட்சத்திரங்களை எட்டிப் பிடிக்க ஊக்குவித்துக் கொண்டிருக்கும் *தந்தைக்கும்..*

அம்மா: அளவில்லா அன்பையும், அக்கறையையும் பொழிந்து எங்களை வளர்த்து, ஆளாக்கி, தனக்கென ஒரு "தனித்துவம்" கொண்டு, ஒரு தமிழ் எழுத்தாளராய் வலம் வந்து கொண்டு எங்களுக்கு ஒரு உத்வேகமாய் இருந்து கொண்டிருக்கும் *அன்னைக்கும்..*

தமிழ்: குறைந்தது 3000 வருடங்களுக்கு மேல் பழமையான தமிழ் மொழிக்கு, தமிழ்க் கலாச்சாரத்திற்கு, தமிழ் மரபைத் தூக்கிப் பிடித்துச் செம்மொழியாக்கியிருக்கும் அறிவுசால் ஆன்றோருக்கும், ஆர்வலர்க்கும், நாயன்மார்களுக்கும்......

அனைவருக்கும் இந்த நூல் சமர்ப்பணம்।

உத்வேகம்

பாரதி மாசிலாமணி ஆகிய நான், *"மில்லேனியம் ஜெனரேஷன்"* என்று சொல்லக் கூடிய தலைமுறையைச் சேர்ந்த ஒரு சராசரி இந்தியக் குடிமகன். அதுவும் சென்னை, தமிழ் நாட்டைச் சேர்ந்தவன். அப்பா, அண்ணா பல்கலைக்கழகப் பேராசிரியர் / விஞ்ஞானி; அம்மா, தலைமைச் செயலக அரசு அலுவலர் / வீட்டின் அதிபதி, மற்றும் எழுத்தாளர். சென்னையில் இருந்த பல நடுத்தரக் குடும்பங்களில் நாங்களும்...

1990 ஆம் ஆண்டு பள்ளி படித்து, 2000 இல் கல்லூரி சென்று, நகரத்தில் வாழும், நடுத்தரக் குடும்பத்தில் இருந்து வந்த 90% இளைஞன் போல் நானும் மேல் படிப்புக்கு அமெரிக்கா செல்ல, பல தேர்வுகளை உழன்று, சுழன்று படித்து, செவ்வனே மதிப்பெண்கள் பெற்று, அரைநொடி அதிர்ஷ்டத்தில் விசா (Visa) முத்திரை கிடைத்து, அமெரிக்கா சென்று மேல் படிப்புப் படித்தவன். அதுவும் நியூ யார்க் (New York) நகரத்தில் முதுநிலைப் பட்டம் படித்ததில் (Masters) ஓர் கர்வம், ஓர் மகிழ்ச்சி. படித்து முடித்ததும், அமேசான் டாட் காம் (Amazon.com) கம்பெனியின் வேலை கிடைக்க, நியூயார்க்கிலிருந்து, சியாட்டில் (Seattle) நகரத்திற்குச் சென்று 14 வருடங்கள் அமெரிக்காவில் இருந்தது, காலப் பகடையில் விழுந்த தாயம். *அதிர்ஷ்டம்!*

சிறு வயதில் புத்தகங்கள் படித்திருந்தாலும், செவிவழிக் கல்வியே மிக உறுதுணையாக இருந்திருக்கிறது இன்றளவில். ஆடிபில் (Audible) மொபைல் ஆப், பிளாக்ஸ் (blogs) மற்றும் சில பாட்காஸ்டிங் (podcasting) ஆப் மூலம் பல கட்டுரைகள், புத்தகங்கள் - அறிவியல், பொதுநியதி, பொருளாதாரம், தொழில் முனைப்பு பற்றிய பல புத்தகங்களின் ஒலி அமைப்புகளைக் கேட்டுப்

பயன் அடைந்திருக்கிறேன். அந்தப் புத்தகங்களில் கற்பனைக் கதைகள் எதுவும் இல்லை.

கற்பனையில் மிதக்க திரைப்படங்களைப் பிரத்தியேகமாக ஏற்றுக் கொண்டு விட்டேன்.

இளம் வயதிலிருந்தே திரைப்படங்கள், அதுவும் கற்பனைப் புனைகதைகள் (பிக்ஷன்/ Fiction) பார்த்து மகிழப் பெரும் அவா.

இதுபோன்ற அறிவியல் புனைகதைகளில், தினசரி இயல்பைத் தாண்டி, விஞ்ஞானத்தின் விஸ்வரூபத்தை, கற்பனையின் விஸ்வரூபத்தை, ஒளிப்பதிவில், பெரும் வெள்ளித்திரையில் கண்டுகளிக்க அவா.

தேசப்பற்று, போர், வரலாறு, வரலாற்றை மாற்றி அமைக்கும் போராட்டங்களின் திரைப்படங்கள் பார்ப்பதில் மிகுந்த அவா.

நான் ஆராய்ந்து பார்த்ததில், இவை அனைத்திலும் சில முக்கியச் சிந்தனைகள், சித்தாந்தங்கள் தழுவியே மையக் கதைகள் அமைந்திருந்தன.

எனக்குப் புலப்பட்ட வரைக்கும் அந்த மையக் கருக்களின், முக்கியச் சித்தாந்தங்கள் இவையே:

<u>சுதந்திரம்:</u>

இந்த உலகில் உயிரினங்கள் முதன் முதலாகக் கடலில் தோன்றி சுமார் 200 கோடி வருடங்கள் ஆயிற்று. புவியில், தரையில் முதல் உயிரினம் தோன்றி 20 கோடி வருடங்கள் ஆயிற்று. மனித குலம் தோன்றி சுமார் 100,000 ஆண்டுகள் ஆயிற்று.

புல், பூண்டாய், புழுக்களாய், குரங்குகளாய், கற்கால மனிதன் வரை உயிரினத்தின் ஓர் முக்கிய

அடையாளம் தன் இனப்பெருக்கம். அதனைச் சார்ந்ததே தன் பிழைப்பின் அடித்தளம். இவை இரண்டும் அடிப்படை அடையாளங்கள், அடிப்படைத் தேவைகளாக மற்றும் முக்கிய வேலையாகவே இருந்தன.

விலங்குகளாய்த் தோன்றிய உயிரினங்கள், மிருகங்களாய், தன் பிழைப்புக்காக, தன் இனப்பெருக்கத்திற்காக, வலிமை வாய்ந்தவை மற்ற விலங்குகள் மேல் ஆதிக்கம் செலுத்துவது இயல்பாக இருந்தது. இதே இயல்பு, குரங்கிலிருந்து வந்த மனித இனத்திற்கும் நீடித்தது. வல்லான் ஆதிக்கம் செலுத்துவதும் சுல்லான் பயந்து, அடங்கி வாழ்வதும் இயற்கை நியதி ஆகிற்று.

இந்த ஐந்தறிவு விலங்கு இயல்பிலிருந்து மேம்பட்ட ஆறறிவு மனிதன், இப்படியே பிழைப்பதற்காகச் சண்டை இட்டுக் கொண்டே இருந்தால் வாழ்வது எங்கே? வாழ்க்கையை இரசிப்பது எப்போது? சந்தோஷமாக இருப்பது தான் எப்போது? என்று சிந்திக்க ஆரம்பித்தான். இந்தச் சிந்தனையில் இருந்து தான் குடும்பம், சமூகம், சமூகத்தின் கட்டமைப்பு என்று அமைக்கத் தொடங்கினான். இதிலிருந்து படிப்படியாக வந்ததுதான் பல விதமான நாகரீகங்கள் (civilizations).

மனித நாகரீகம் தோன்றி சுமார் 10,000 ஆண்டுகள் ஆயிற்று. இதில் நவீன நாகரீகம் தோன்றி கிட்டத்தட்ட 5000 ஆண்டுகளே!

நாகரீகத்தின் முக்கிய நோக்கங்கள், இலட்சியம், நிம்மதியாக, சந்தோசமாக இருப்பது. இதற்கு ஓர் முக்கியத் தேவை, அத்யாவசிய அம்சம், அந்த இனத்தின், சமூகத்தின், சமூகத்தின் வாழ் மக்களின் - சுதந்திரம்.

சுவாசிக்கும் காற்றுப் போல், பருகும் தண்ணீர் போல் - சுதந்திரம் இன்றியமையாதது.

சுதந்திரத்தை வலியுறுத்தி, சுதந்திரத்தை மையமாக வைத்துப் பல அருமையான கதைகள், காவியங்கள், திரைப்படங்கள் வந்துள்ளன. இதில் பல என்னை மிகவும் பாதித்திருக்கின்றன, கவர்ந்துள்ளன.

தன் அடையாளம்:

சுதந்திரமும் தன் அடையாளமும் அடுத்தடுத்து வரும் பரிணாம வளர்ச்சிகளாகும்.

இரண்டும் கைகோர்த்துச் செல்பவை. சுதந்திரம் இல்லாமல் தன் அடையாளம் செதுக்க வாய்ப்பில்லை. தன் அடையாளம் காக்க முடியாவிட்டால் அது முழு சுதந்திரம் ஆகாது.

முன்பு குறித்தது போல் மனிதகுலம் தோன்றி சுமார் 100,000 ஆண்டுகள் ஆயிற்று. மனித நாகரீகம் தோன்றி சுமார் 10,000 ஆண்டுகள் ஆயிற்று. இதில் நவீன நாகரீகம், நவீன முழு மொழிகளும் தோன்றி கிட்டத்தட்ட 5000 ஆண்டுகள் ஆயிற்று. நாகரீகத்தில் எகிப்து, பெர்சியன், கிரேக்கம், சிந்து சமவெளி, திராவிடம், சீனா போன்றவை 5000 - 3000 ஆண்டுகள் பழமை வாய்ந்தவை. இந்த நாகரீகங்களில் பேசி வந்த, பழமை வாய்ந்த முழு மொழிகள், சுமேரியன், ஹீப்ரு, கிரேக்கம், லத்தீன்,சமஸ்கிருதம், மற்றும் தமிழ் ஆகியவை. இந்த 5000 ஆண்டுகளுக்கு நடுவில் பற்பல நாகரீகங்கள், மொழிகள் மின்மினிப் பூச்சிகள் போன்று சிறிது காலத்திற்குப் பிரகாசித்து விட்டு பஸ்பமாகிப் போனவை கணக்கில் அடங்கா!

3000 ஆண்டுகளாக ஓங்கி உயர்ந்து மணம் வீசிக்கொண்டிருக்கிற, இன்றும் பல கோடி மக்களால்

பேசக்கூடிய, இயல், இசை, நாடகம் போன்ற மூன்று கலைகளிலும் இன்னமும் செழித்து ஓங்கக் கூடிய வரலாற்று மொழிகள் உலகிலேயே இரண்டு தான். ஹீப்ரு ஒன்று. மற்றொன்று நம் தாய் மொழியாம் தமிழ் மொழி!

நாகரீகத்தின் ஓர் முக்கிய அங்கம் / அம்சம் ஒரு மனிதனின், ஓர் கூட்டத்தின், ஓர் இனத்தின் அடையாளம். ஓர் இனத்தின் "தன் அடையாளம்" தழுவியே பல யுத்தங்கள், பல வரலாற்றை மாற்றி அமைத்த நிகழ்வுகளாக இருந்திருக்கின்றன.

சுமார் 1000 ஆண்டுகளுக்கு முன்பு தோன்றிய ஆங்கில நாகரீகம் மற்றும் ஆங்கில மொழி - அறிவியல், ஆராய்ச்சி, தொழில்நுட்பம், பொருளாதாரம், மருத்துவம் போன்றவற்றில் பல முன்னேற்றங்களையும், வித்தைகளையும் காண்பித்துள்ளது - இன்று, 2021 ல், உலக மக்கள் அனைவரையும் ஒன்று கூட்டி, இணைக்கும் மொழியாக வளர்ந்து கொண்டிருக்கிறது.

உலக மக்கள் அனைவரையும் ஒன்று கூட்டும்,, ஒன்றிணைக்கும் பாலமாக ஆங்கில மொழி / நாகரீகம் இருந்தாலும், உலகளாவிய மக்கள் அனைவரையும் ஒற்றை இனம், ஒற்றை மொழியினர், ஒற்றை அடையாளம் என்று எளிமைப்படுத்த முடியாது.

ஏழு கண்டங்களில் சிதறிக் கிடக்கும் ஏழுநூறு கோடி மக்கள் சமுதாயத்தில் பல ஆயிரம் மொழிகள், பல ஆயிரம் இனங்கள், பல ஆயிரம் அடையாளங்கள் இன்னமும் செழிப்பாக, சீராக இயங்கிக் கொண்டிருக்கின்றன. சமூகத்தில், பொருளாதார முன்னேற்றத்திற்காகப் பல பரிமாற்றங்கள் நடந்தாலும், இனம், மொழி, ஆதிக்கம் நடக்கும் தருணத்தில் எல்லாம் சண்டைகள், போர்கள் வெடிக்கின்றன.

2000 வருடங்களுக்கு முன்பு நடந்த பெர்சியன் ஆதிக்கத்திலிருந்து இன்று நடக்கும் ஈழத் தமிழர் விவகாரம், வளைகுடாப் போர், ஸ்காட்லாந்து-ஐரிஷ் போராட்டம் வரை- தன் அடையாளத்தைக் காக்க நடந்த போராட்டங்களே!

எதிர்காலம்:

எனக்குப் புலப்பட்டவரை, நேரம் / காலம் - கடவுளின் பிரத்தியேக முத்திரை!

காலம் ஆண்டவனின் பிரதான அடையாளம்!

நேரம் கடவுளின் உச்சக்கட்ட அவதாரம்!

இந்தக் கருத்தை பகவத் கீதை கூடச் சொல்லி இருக்கிறது;. நேரம் எப்பொழுதும், எந்தவிதக் கட்டுக்கும் அடங்காமல், எல்லையில்லாமல், சீராக, நேராக, ஒரே திசையில்தான் பாய்ந்து கொண்டே இருக்கும்.

"அளவு என்று கருதும் போது தான் நேரம்" என்று கிருஷ்ணர் பகவத் கீதையில் விஸ்வரூப தரிசனம் செய்த போது உரக்கச் சொன்னார்

காலம் அளவில்லாதது. காலம் ஒரே திசையில்தான் செல்லும். எவருக்காகவும், எந்த நிலையிலும் மாற்றுத் திசையில் செல்லாது. கடந்த காலம், நிகழ் காலம், எதிர் காலம் என்ற நிலைகள் மாறாதவை.

இதனால்த்தான் மகாபாரதத்தில், அர்ஜுனனுக்கு விஸ்வரூப திவ்ய தரிசனம் வழங்கும் போது கூட, போரைச் சிறிது நேரம் தாமதமாக எடுத்துச் செல்ல முற்பட்டு அதற்கு நடுவில் பகவத் கீதையைப் போதித்தார் கிருஷ்ணர்! மகாபாரதப் போரில் எவ்வித நெருக்கடியிலும் காலத்தின் பின்

சென்று நடந்து முடிந்த நிகழ்வை மாற்றி அமைக்க முற்படவில்லை.

இது போன்று எந்த நாகரீகத்திலும், மதத்திலும், இனத்திலும், எந்தக் கடவுளும், காலத்தை வென்றதாகத் தத்துவமும் இல்லை; சரித்திரமும் இல்லை!

இந்த இயற்கை நியதியை எல்லா உயிரினங்களும் அறியும். இன்று நாம் செய்யும் ஒவ்வொரு செயலும் எதிர்காலத்தின் நிகழ்வைப் பாதிக்கும். அந்த எதிர்காலப் பாதிப்பின் அளவை நிர்ணயிப்பது இன்று செய்யும் செயலின் ஆற்றலைப் பொறுத்து, செயலின் வலிமையைப் பொறுத்து அமைகிறது.

இதனை நன்கு உணர்ந்தே, உலகில் பல்வேறு இடங்களில் தோன்றிய எல்லா நாகரீத்தின் முக்கிய அம்சமாக, தன் வருங்கால சந்ததியினருக்கு நன்மை பயக்க வேண்டும் என்றும், வருங்காலத் தலைமுறைகள் சந்தோஷமாக இருக்க வேண்டும் என்றும், தனக்குத் தெரிந்த தத்துவங்களையும், கட்டமைப்புகளையும் வடிவமைத்துச் சென்றனர். இவ்வகையில் தலைமுறை தலைமுறையாக சுதந்திரம், தன் அடையாளம், குடும்பம், சந்தோசம் போன்ற இன்றியமையாத் தத்துவங்களை வலியுறுத்திச் சென்றனர்.

இந்த அடிப்படைத் தேவைகளுக்கும், ஆசைகளுக்கும் அடுத்தபடியாக, பல தலைமுறைகளைப் பாதிக்கும் அளவிற்குச் செயல்களச் செய்வதற்கும், பல்லாயிரம் மக்களுக்கு நன்மை பயக்கும் செயலைச் செய்வதற்கும், தெளிந்த தொலைநோக்குச் சிந்தனையும், அதைச் செயல்படுத்த அதீதத் துணிச்சலும், இலக்கின் மேல் அசைக்கமுடியா நம்பிக்கையும், விடாமுயற்சியும், இருக்க வேண்டும்.

இவ்வாறு ஒரு மகத்துவத்தை, மாபெரும்எழுச்சியை, வரலாற்றுத் திசை திருப்புதலை, நடத்திக் காட்டியவர்கள் சிலரே. திருவள்ளுவர், ஏசுநாதர், நபிகள் நாயகம், புத்தர், ராஜ ராஜ சோழன், ஆகியோர் அந்த வரையேட்டில் திண்ணமாக முத்திரை பதித்தவர்கள்.

"The future belongs to those who believe in the beauty of their dreams"

- Elanor Roosevelt (1935)

"தன்னுடைய எதிர்காலம் எவ்வாறு இருக்க வேண்டும் என்று கனவு கண்டு, அதற்காக இன்று உழைப்பவனுக்கே எதிர்காலம் சொந்தமாகிறது"

அமெரிக்க ஜனாதிபதி ரூஸ்வெல்ட் அவரின் மனைவியார் எலானோர் ரூஸ்வெல்ட் (1935)

எவன் ஒருவன் எதிர்காலத்தைப் பற்றி யோசித்து, இவ்வாறுதான் இருக்க வேண்டும் என்று தொலைநோக்குக் கனவு காண்கிறானோ, அந்தத் தொலை நோக்கு இலட்சியத்திற்காக இன்று உழைக்கின்றானோ, அவனுக்கே எதிர்காலம் சொந்தமாகிறது.

இதுபோன்ற தொலைநோக்குப் பார்வை கொண்டோர் சிலரே வரலாற்றை மாற்றி அமைக்க வல்லவர்கள்.

இதுபோன்ற கர்ம வீரர்களை, ஆண்களையோ, பெண்களையோ, மையமாகக் கொண்டு பல

திரைப்படங்கள் வந்துள்ளன; அவற்றில் பல என்னைக் கவர்ந்தன.

இந்த மூன்று கண்ணோட்டங்களை, மூன்று சித்தாந்தங்களை வலியுறுத்திப் பல புத்தகங்கள், திரைப்படங்கள், புத்தகம் தழுவிய திரைப்படங்கள், பலமொழிகளில் வந்துள்ளன. இவற்றில் எனக்குப் பிடித்த, என்னை மெய் சிலிர்க்க வைத்த, இந்தக் கதையைக் கற்பனை செய்ய எனக்கு உத்வேகமாக இருந்த திரைப்படங்கள் சிலவற்றை இந்தப் புத்தகத்தின் இறுதியில், அனுபந்தம் தொகுதியில், பதிவிட்டு இருக்கிறேன்.

முன்னுரை

மூன்று சங்கங்கள் அமைத்து முத்தமிழ் வளர்த்த மதுரை மாநகரத்தின் வரலாறு 2500 ஆண்டுகளுக்கும் மேல் பழமையானது. திருவள்ளுவர் திருக்குறள் எழுதி சுமார் 2000 வருடங்கள் ஆயிற்று. இளங்கோவடிகளின் சிலப்பதிகாரம் மூலம் கண்ணகி மதுரையை தீக்கிரையாக்கி 1800 ஆண்டுகள் ஆயிற்று. பல்லவ இராஜ்யம் மாமல்லபுரத்தில் கொடி கட்டிப் பறந்து சுமார் 1500 வருடங்கள் ஆயிற்று. இராஜ இராஜ சோழன் தஞ்சைப் பெரிய கோவிலின் வாயிலாக தமிழரின் வலிமையை, பெருமையை, கர்வத்தை உலகிற்கே முத்திரை பதித்துச் சென்று சுமார் 1100 ஆண்டுகள் ஆயிற்று. சேர, சோழ, மற்றும் பாண்டிய இராஜியங்கள் தென் இந்தியா முழுவதும் பரவியிருந்தன.

இந்த வகையில் வடக்கு இந்தியாவில், வியாசர் மகாபாரதம் எழுதி சுமார் 2000 வருடங்கள் ஆயிற்று. பஞ்சாப், மற்றும் கங்கை நதி ஓரம், மேற்கே வங்கம் வரை, பல இராஜ்ஜியங்களில் செழிப்பாக ஆட்சி நடந்து கொண்டிருந்தன கி.பி.1400 வரை உள்ள காலக் கட்டங்களில். முகலாய இராஜ்ஜியம் கி.பி. 1400 முதல் சுமார் 300 ஆண்டுகளுக்கு இந்தியா முழுவதும் பரவியது, அதாவது கி.பி. 1700 ஆம் ஆண்டு வரை.

இந்தியக் கண்டத்தில் இவ்வாறு பல்லாயிரம் ஆண்டுகளாக, பல நவீன நாகரீகங்கள், சமுதாயங்கள், இராஜ்ஜியங்கள் செழிப்பாக வளர்ந்து வந்தன. இந்த சமுதாயங்கள், இராஜ்ஜியங்கள் வேளாண்மை, மருத்துவம், சிற்பக் கலை, வானியல் (astronomy), நகராட்சி, பொருளாதாரம், உலோகம் (Metallurgy), அறிவியல், போன்ற எல்லாத் துறைகளிலும் மேம்பட்ட புரிதலை, கட்டமைப்புகளைக் கொண்டவைகளாக விளங்கின.

இதே போல் வடகிழக்கே சீன நாகரிகமும் பல கட்டமைப்புகளுடன் செழிப்பாக இருந்தது

அதே காலக் கட்டத்தில் மேற்குக் கண்டங்களில் - ஐரோப்பா போன்ற நாடுகளின் நிலையை அலசிப்பார்த்தால், கி.பி. 1000 இல் இராஜராஜ சோழன் தஞ்சைப் பெரிய கோயிலை வானுயரக் கட்டி கர்ச்சித்த அதே சமயத்தில், ஐரோப்பாவில் குறிப்பாக இங்கிலாந்தில் தினசரி உணவிற்கும், அடிப்படை வசதிக்கும், காட்டுமிராண்டிகளாய் சண்டை போட்டுக் கொண்டிருந்தனர். இத்தாலி, கிரேக்கம், துருக்கி போன்ற தெற்கு ஐரோப்பிய ரோமாபுரி இராஜ்ஜியம் கடைசி அழிவை நோக்கிச் சென்று கொண்டிருந்தது. கிறிஸ்தவக் கத்தோலிக்கர்கள் தங்களது பின்தங்கிய மத போதனைகளை நிலை நாட்டிக் கொண்டிருந்தனர்.

கி. பி. 10 ஆம் நூற்றாண்டுகளில், கிறிஸ்தவ கத்தோலிக்கர்கள் ஆதிக்கத்தால் பல சிந்தனைகள் முடக்கப்பட்ட நிலையில், பூமியை மையமாக வைத்து சூரியன், மற்றும் கிரகணங்கள் சுற்றி வருகின்றன போன்ற மூடத்தனமான தத்துவங்களைப் போதித்து வந்தனர்.

நீரின்றி அமையாது உலகம், சூரியனைச் சுற்றித்தான் பூமி வலம் வருகிறது, அதேபோல் நிலா பூமியை வட்டமிடுகிறது என்ற சித்தாந்தங்கள் பல ஆயிரம் ஆண்டுகளுக்கு முன்னரே, திருக்குறள், குறுந்தொகை, சிலப்பதிகாரம் போன்ற இலக்கியங்களில், தமிழர் எளிமையாகக் கூறிச்சென்று விட்டிருந்த.

இவ்வகையில் சூரிய நமஸ்காரம், நவகிரக பூஜைகள், பங்குனித் திருவிழா போன்ற பல பாரம்பரியப் பழக்க வழக்கங்கள் சான்றுகளாக உள்ளன.

19

கி.பி. 10 ஆம் நூற்றாண்டுகளில் ஆப்பிரிக்கா, அமெரிக்கா போன்ற கண்டங்களின் வரலாற்றில் கணக்கிடும் அளவிற்குப் பெரிய விவகாரமாக ஒன்றும் இல்லை.

அங்கிருந்து, கி. பி 15 ஆம் நூற்றாண்டுகளுக்கு வந்து பார்த்தால் உலகளாவிய நாகரீகங்களின் நிலையில் பல மாற்றங்கள். இந்தியாவில் முகலாய இராஜ்ஜியம் ஓங்கி இருந்தது. குறுநில மன்னர்கள் முகலாய மன்னர்களோடு பலவித ஒப்பந்தங்களோடு அரசாட்சி செய்துகொண்டிருந்தனர்.

கி. பி 15 ஆம் நூற்றாண்டுத் துவக்கத்தில் ஐரோப்பாவில் ஒரு பெரிய மறுமலர்ச்சி இயக்கம் வலுவடைந்து கொண்டிருந்தது (The Renaissance). இந்த மறுமலர்ச்சி இயக்கத்தின் தாக்கம் இன்று வரை உலகை மாற்றி அமைத்துக் கொண்டேயிருக்கிறது..

லியோனார்டோ டாவின்சி (Leonardo Da Vinci) யின் பங்களிப்பு - கலை, கணக்கு, விஞ்ஞானம், வானியல் - போன்ற பல துறைகளில் சிறப்பு மிக்க சாதனைகளாகத் திகழ்ந்தன. டாவின்சியின் காலம், அவரின் பங்களிப்பு, இந்தப் புது மறுமலர்ச்சியின் துவக்கம் என்று கணக்கிட்டுக் கொள்ளலாம். இந்த இயக்கம் உருவெடுத்த இடம் பிளாரென்ஸ் (Florence) என்ற ஒரு சிறிய நகரம் இத்தாலியில்.

டாவின்சிக்கு அடுத்தடுத்துப் பல ஜாம்பவான்கள் இந்த மறுமலர்ச்சி இயக்கத்திற்கு மிகுந்த வலு சேர்த்தனர். டெஸ்கேர்ட்ஸ் (Descartes), கலிலியோ (Galileo), காப்பர்னிகஸ் (Copernicus), நியூட்டன் (Newton), கெப்லர் (Kepler), ராபர்ட் பாயல் (Robert Boyle), டெனிஸ் பாப்பின் (Denis Papin) போன்றோர்.

இந்த மறுமலர்ச்சி இயக்கம் இத்தாலியில் தொடங்கி இருந்தாலும், காட்டுத் தீ போல்

ஐரோப்பா முழுவதும் பரவியது. இந்த மறுமலர்ச்சி இயக்கத்தைத் தனக்கே சொந்தமாக்கிக் கொண்டு மேலும் பல முன்னேற்றங்களைக் கண்டனர் பிரான்ஸ் (France), ஜெர்மனி (Germany), இங்கிலாந்து (England) மக்கள்.

ஏழ்மை, பற்றாக்குறை, மீண்டும் மீண்டும் போர், தொற்று நோய், பஞ்சம், அடிமைத்தனம், போன்ற பல நெருக்கடிகள் மக்களைப் புரட்சி செய்யத் தூண்டிய போதுதான் இந்த மறுமலர்ச்சி இயக்கம் தோன்றி வலுவடைந்தது. இவை தூண்டுதலாக இருந்தாலும், இந்த மறுமலர்ச்சி இயக்கத்தின் அச்சாணி அறிவியல் & தொழில்நுட்பம் என்பதே உண்மை!

நவீனத் தொழில் நுட்பத்தின் மூலம் பல இயந்திரங்கள், போர்க்கருவிகள், கட்டிடங்கள், கப்பல்கள் போன்ற பல சாதனங்களைப் படைக்க முடிந்தது. இதன் மூலம் புதுப் புது பொருளாதார வழிகள் உருவாகின.

தொழில்நுட்ப முன்னேற்றத்தால் பொருளாதாரம் வளர்ந்தது. பொருளாதார முன்னேற்றத்தால் சராசரி மக்களின் வாழ்வாதாரம் முன்னேறியது. மக்களுக்கும், அரசாங்கத்துக்கும் கைகளில் ஆண்டவனின் துருப்புச் சீட்டுக் கிடைத்தது போல் பெரும் தைரியம் வந்தது.

அந்த தைரியத்தில் அரசாங்கங்கள் மக்களின் வாழ்வாதாரத்தை உயர்த்திய போதே தங்களின் இராணுவத்தையும் புதுக் கருவிகள் கொண்டு வலுப்படுத்திக் கூடுதல் திறன் சேர்த்தன.

தைரியத்தின் அடுத்த கட்டம் கர்வம்!

நம்மை யாரும் வெல்ல முடியாது என்ற தலைக்கேறிய கர்வத்தின் விளைவு, உலகையே

ஆளவேண்டும் என்ற பேராசைக்கு விதை! ஐரோப்பிய நாடுகள் அனைத்திற்கும் இந்தப் பேராசைக்குப் பஞ்சமில்லை.

பிரான்ஸ், இங்கிலாந்து, ஸ்பெயின், போர்ச்சுக்கல் போன்ற நாடுகள் ஒவ்வொன்றும் பிறிதொரு கண்டத்தை ஆய்வு செய்ய, ஆள முற்பட்டனர். இந்த வகையில் இங்கிலாந்து சாம்ராஜ்யம், அதாவது நம்மை ஆண்ட ஆங்கிலேயர்கள் பெரும் போர்த் திறமையுடன், சூழ்ச்சியுடன், நவீன யுத்த தளக் கருவிகளுடன் பல நாடுகளைக் கைப்பற்றினார்கள்.

இந்தப் பேராசை மெல்ல மெல்லக் கைக்கு வசமாக, உலகையே ஆளும் வல்லமை, தகுதி தனக்கேதான் என்ற அகங்காரம், செருக்கு, தலைக்கு ஏறியது ஆங்கிலேயருக்கு! ஆங்கிலேயர் மேலோர் மற்றவர் கீழோர் என்ற உணர்வு திண்ணமாக, அழுத்தமாக ஆங்கிலேயன் இரத்தத்தில் ஊறிப் போயிற்று.

இதே கர்வத்தோடும், அகங்காரத்தோடும், இந்தியா முழுவதும் எவ்விதத்திலாவது வென்று விட வேண்டும் என்றெண்ணி, பல சூழ்ச்சிகள் செய்து, பல அட்டூழியங்கள் செய்து, பல அரசர்களைத் தங்கள் வசமாக்கி, அடிமைப்படுத்தினர் ஆங்கிலேயர்கள்.

பதினேழாம் நூற்றாண்டின் துவக்கத்தில் வணிகம் நாடி வந்த ஆங்கிலேயர்கள், கரையான் போல் பதினெட்டாம் நூற்றாண்டிற்குள் இந்தியாவின் பல இராஜ்ஜியங்களுடன் சூழ்ச்சிகரமான ஒப்பந்தங்களுடன் மக்களை அடிமைப்படுத்த ஆரம்பித்தனர்.

சுமார் கி. பி. 1750 ஆண்டுகளில் இந்த அடிமைத்தன ஆதிக்கத்தை மக்களால் பொறுக்க

முடியவில்லை. சூழ்ச்சியின் விளைவுகளை உணர ஆரம்பித்த சில மன்னர்கள் விழித்துக் கொண்டனர். ஆங்கிலேயர் ஆதிக்கத்தை எதிர்த்துப் போராட்டம் நடத்தினர்.

மதுரை மாவட்டத்தில் படைகள் திரட்டிய தேவர்கள், பாளையக்காரர்கள், வெள்ளையனை நேருக்கு நேர் எதிர்த்துப் போரிட்டதுதான் இந்தியாவின் முதன் முதல் விடுதலைப் புரட்சி (அதற்கு 100 வருடங்களுக்கு அப்புறம்தான் 1857 இல், வடக்கு இந்தியாவில் நடந்த சிப்பாய்ப் புரட்சி)

இந்த சமயத்தில் தான் "பிரித்து வெல்க" (Divide and Conquer) என்ற யுத்த தந்திரத்தை அரசியல் ஆதாயத்திற்காக ஆங்கிலேயர் கையாண்டனர்.

இந்த யுக்தி, இந்த இராஜ தந்திரம், ஆங்கிலேயர்களுக்குப் பிரம்மாஸ்திரமாக விளங்கியது. இந்த பிரம்மாஸ்திரத்திற்கு வீழ்ந்தவர்கள்தான் அடுத்த 200 ஆண்டுகளுக்கு ஆங்கிலேயர்களுக்கு அடிமையாகவே இருக்க வேண்டிய நிலை ஆயிற்று. இது நடந்து முடிந்த வரலாறு. அனைவரும் நன்கு அறிவர்.

இந்தத் தருணத்தில்தான் இந்தக் கதையின் மூலக் கரு அமைகிறது. இந்தப் புத்தகத்தின் கதை முழுக்க முழுக்கக் கற்பனையே!

வரலாறு தழுவிய கற்பனைக் கதையே!

1750 ஆம் ஆண்டுகளில் ஆங்கிலேயர் பல இராஜ்ஜியங்களுடன் ஒப்பந்தம் வைத்திருந்தனர், ஆனால் முழுக்க முழுக்க அரசாட்சி செய்யவில்லை. வரி என்ற போர்வையில் அடிமைப்படுத்தினர்; ஆனால் இராஜ்ஜியங்களைக் கைப்பற்றவில்லை. "பிரித்து வெல்வோம்" (Divide and Conquer) என்ற யுக்தியைக் கையாண்ட துவக்க காலம்!

அப்பொழுது தன் மக்கள், தன் ஊர், தன் இராஜாங்கம் என்ற சுயநலத்தையே எண்ணியிருந்த அன்றைய மன்னர்களில் பலருக்கு இந்தப் புது யுக்தியின் சூட்சுமம் தெளிவாக விளங்கவில்லை.

இதை அறியாமை என்று சொல்லி எளிமைப் படுத்த முடியாது.

மன்னர்களின் சுயநலம், தொலைநோக்குச் சிந்தனை இல்லாமை, சுய அகங்காரம், மூடத்தனம், ஒற்றுமை இல்லாமை என்று தான் குற்றச்சாட்டுகளை வைக்க முடியும்.

சற்று சிந்தித்துப் பாருங்கள், அன்றே நமது இந்தியக் குறுநில மன்னர்கள் மற்றும் பெரிய இராஜ்ஜியங்கள் ஒற்றுமையாக இருந்து, ஒன்றாக வெள்ளையனை வெளியேற்றி இருந்திருந்தால் ஆங்கிலேயர்களின் நிலை எவ்வாறெல்லாம் மாறி இருக்கும்?

இன்னும் சற்று சிந்தித்துப் பாருங்கள், அன்றே நமது மன்னர்கள் ஆங்கிலேயர்களின் சூழ்ச்சிகளையும், இந்தியக் கண்டத்தை அடிமையாக்கி ஆள வேண்டும் என்ற அவர்களது உண்மை நோக்கத்தையும் புரிந்து, அதனை முறியடித்து இருந்திருந்தால், ஆங்கிலேயர்களின் நிலை என்னவாகி இருக்கும்?

இந்தியாவின் நிலை எப்படியெல்லாம் மாறி இருக்கும் என்று யோசித்துப் பாருங்கள்!

சற்றுச் சிந்தித்துப் பாருங்கள், 1750 ஆம் ஆண்டுகளில், இன்னும் நிலைமை கையை விட்டு நழுவாத நிலையில், எவரேனும் ஒரு அரசன் ஆங்கிலேயரை அன்றே வென்று விரட்டி இருந்தால் எப்படி இருந்திருக்கும்?

சற்று, மேலும் சிந்தித்துப் பாருங்கள், அன்றே வெள்ளையரின் "பிரித்து வெல்வோம்" (Divide and Conquer) என்ற யுக்தியை, பிரம்மாஸ்திரம் என்று உணர்ந்து, இந்த யுக்தியை அன்றே முறியடித்து இருந்திருந்தால் இந்தியாவின் நிலையில் எவ்வளவு மாற்றங்களைக் கண்டிருக்க முடியும்.

சற்றுச் சிந்தித்துப் பாருங்கள், 1750ஆம் ஆண்டு துவங்கி, 1800 ஆம் ஆண்டுகளில் ஆங்கிலேயர்களை இந்தியாவிலிருந்து விரட்டி இருந்தால், இந்தியா மட்டுமல்ல உலகின் நிலைப்பாடு எவ்வாறெல்லாம் மாறி இருக்கும் என்பதைச் சிந்தித்துப் பாருங்கள்!

உலகில் வல்லதிகாரம் (Imperialism) 200 வருடங்களுக்கு முன்னரே உடைந்திருக்கும்.

உலகில் அடிமைத்தனம் (Subjugation) 200 வருடங்களுக்கு முன்னரே ஒழிந்திருக்கும்.

1920 & 1945 ஆம் ஆண்டுகளில் நடந்த இரு உலகப் போர்கள் நடந்தே இருக்காமல் போயிருக்கலாம் அல்லவா?

இன்று அமெரிக்கா உலகிலேயே மிக முன்னேற்றம் அடைந்த வல்லரசு நாடக இருப்பது போல் இந்தியாவும் நூறு ஆண்டுகளுக்கு முன்னரே (1900 ஆம் ஆண்டுகளிலேயே) உலக வல்லரசு நாடாகத் திகழ்ந்து இருந்திருக்கக் கூடுமே!

உலகில் இன்னும் என்னென்ன மாற்றங்கள் வந்திருக்க கூடும் என்று கற்பனை செய்து பாருங்கள். கற்பனை செய்து பார்க்கப் பார்க்க ஏராளம்! ஏகாந்தம்!

இவ்வாறு நடக்கத் தவறிய வரலாற்றின் கற்பனைக் காவியம் தான் இந்தக் கதை.

இந்தக் கதையில் சொல்லும் எந்த நிகழ்வும் நிஜத்தில் நடக்கவில்லை.

ஆனால் நடந்திருந்தால், ஆங்கிலேயனை பதினெட்டாம் நூற்றாண்டிலேயே விரட்டி அடித்துத் துரத்தி இருந்தால், அதுவும் ஒரு தமிழன், தமிழ் அரசன் ஆங்கிலேயனை வென்றிருந்தால், இந்தியா, உலகம், எவ்வாறு இருந்திருக்கும் என்று சிந்தித்துப் பாருங்கள்!

இந்தியா, இங்கிலாந்து மட்டுமல்ல, உலகின் நிலைப்பாடு எவ்வாறெல்லாம் மாறி இருக்கும் என்ற "கானா", கற்பனை காணும் முயற்சிதான் இந்தக் கதை.

ஆங்கிலேயரை விரட்டி அடித்து இருந்திருந்தால் வரலாறு ஒரு விதம்.

ஆங்கிலேயரோடு கை கோர்த்து நாம் உலகை ஆண்டு இருந்திருந்தால், அதன் வரலாறு ஒரு விதம்.

இதுபோல் பலவிதத் தொலைநோக்கு வரலாற்றுத் திசைகளை அலசி, கற்பனை காண்பதே முழுநேரத் தொழிலாக்கி, வடிவமைத்த கற்பனைக் கதை தான் இந்தத் *"தொலைநோக்கு வரலாற்று"* நூல்!

இந்தக் கற்பனைக்கு, நான் துணைக்கு அழைத்தது, இந்திய வரலாற்றின் மிக முக்கியத் தருணத்தில், அதாவது 1750 ஆம் ஆண்டுகளில், சிம்மாசனத்தில் கர்ச்சித்துக் கொண்டிருந்த ஒரு மாவீரன் - வீரபாண்டிய கட்டபொம்மனை!

வீரபாண்டிய கட்டபொம்மனை மையமாக்கி, அந்தக் காலக் கட்டத்தில் இருந்த பாளையக்காரர்களைச் சுற்றி அமைந்ததே இந்தக் கற்பனைக் காவியம்.

முன்னுரை

இந்தக் கதை மூன்று பாகங்களாகப் பிரிக்கப்பட்டுள்ளது. அதில், இதுவே முதல் பாகம். அடுத்து இரண்டு பாகங்கள் விரைவில் வெளியாகும்.

இந்தப் பாகம் வெறும் முன்னோட்டம் தான். கட்டபொம்மன் காலத்தை, பாஞ்சாலக்குறிச்சி மக்களின் வீரத்தை, கம்பீரத்தைப் பறைசாற்றி, வரலாற்று மிக்க கட்டபொம்மனும் ஜாக்சன் துறையும் சந்திக்கும் அந்த முக்கியத் தருணம் வரை தான் இந்தப் பாகம்.

அடுத்த பாகத்தில், கட்டபொம்மன் எவ்வாறு வெள்ளையனை வெல்கிறான், பாஞ்சாலங்குறிச்சியில் மட்டும் இல்லை, இந்தியா முழுவதும் என்பதை வரைவேன்!

மூன்றாம் பாகத்தில் உலகையே வென்றால் எவ்வாறு இருக்கும் என்ற கற்பனைக் கனவில் மிதக்க அனைவரையும் தயாராக இருக்க வேண்டுகிறேன்!

பொறுப்புத் துறப்பு

பொறுப்புத் துறப்பு

இது ஒரு கற்பனைக் கதையே. வரலாற்றுப்
புத்தகம் இல்லை. இந்தப் புத்தகத்தில்
வரும் அனைத்துச் சம்பவங்களும்,
கதாபாத்திரங்களின் வடிவமைப்புகளும் எவரையும்
புண்படுத்துவதற்காக எழுதப்படவில்லை.
அவ்வாறு எந்த வித எண்ணமும் துளி அளவும்
இல்லை. இதைக் கற்பனைக் கதையாகவே
எடுத்துக் கொள்ள வேண்டும். அதைத் தவிர வேறு
ஒன்றும் இல்லை!

All events depicted in this book are entirely fictitious. Any
similarity to actual events or persons, living or dead, was
never intended to affect anybody's sentiments. Please consider
this as fiction and nothing more!

நீண்ட காலை
உறக்கம்

அரக்கப்பரக்கக் காவலாளி ஒருவன் அரண்மனை நடைபாதைத் தாழ்வாரம் வழியாக, அந்தப்புரம் நோக்கி ஓடி வர - "வழி விடுங்கள், வழி விடுங்கள் - முக்கியச் செய்தி அரசருக்கு" - என்று கூவிக் கொண்டே அரசரைக் காண விரைந்து ஓடி வந்தான்

அந்தப்புர நுழைவாயிலில் காவலாளி சென்று - "அரசே, அரசே, முக்கியச் செய்தி கொண்டு வந்துள்ளேன்!" - என்று தன் மூச்சு இறைக்கக் கூறினான்

அந்தப்புரமோ - நீர் நிலைகளும், செடிகளும், பூக்களும், அடர்ந்து கிடக்க, கண்ணைக் கவரும் பணிப்பெண்களும், நெஞ்சைக் கவரும் மல்லிகைப் பூங்கொத்தின் வாசமும் மூக்கைத் துளைக்க, ஓர் தேவலோகம் போல் இருந்தது.

மெல்லிய பருத்திப் போர்வைக்குள், குளிர்ப் பட்டு மெத்தை தலையணைகள் நிறைந்து, பரந்து விரிந்த இடத்தில் மன்னன் இளைப்பாறிக் கொண்டு இருந்தார்.

அந்தப்புரம் நடுவில் பூமாலைகளால் அலங்கரிக்கப்பட்ட பட்டு மெத்தையைத் தேடிய வண்ணம் காவலாளி, அகன்று விரிந்த கண்களோடு - "அரசே, அரசே" என்று பல முறை கூவத் தொடங்கினான்.

பல கூவல்களுக்குப் பிறகு, பல தேடல்களுக்குப் பிறகு, பட்டுக படுக்கை விரிப்புகளுக்கும், பூமாலைத் தோரணங்களுக்கும் நடுவே ஒரு சிறு அசைவு தென்பட்டது.

முகம் தெரியாத வண்ணம், தலைமுடி முகம் மறைக்க, குப்புறப் படுத்துக் கொண்டு, பாதி உடம்பு மெத்தைக்கு மேலும், மிச்சப் பாதி மெத்தைக்குக்

கீழும் தொங்கிக் கொண்டு இருக்க - “யார் அங்கே? என்னய்யா வேணும்” என்று, சலித்துக் கொண்டு கேட்க - “அரசே, அரசே, நமக்கு ஆங்கிலேயனிடம் இருந்து ஓலை வந்துள்ளது” - என்று பதறிக்கொண்டே காவலாளி சொல்லத் தொடங்கினான்.

“அரசே, நமக்கு எச்சரிக்கை வந்து இருக்கிறது!” - என்று நடுக்கத்தோடு சொல்ல... தன் நடுக்கம் அங்கு எடுபடவில்லை என்பதை உணர்ந்து,

“அரசே! வரி கட்ட வேண்டும் என்ற எச்சரிக்கை!” - தன்னுடைய பதற்றம் மன்னனுக்குப் போய்ச் சேரவில்லையோ என்ற சந்தேகத்தில், மீண்டும் ஒரு முறை, சிறிதே உரத்த குரலில்...

“ஆங்கிலேயர்கள்...” என்று தொடங்கிய உடனே...

“போதுமய்யா... இதே வேலையாப் போச்சு...” - என்று சலித்த வண்ணம், காவலாளியின் பேச்சை நிறுத்தினார் அரசர்,

“தளபதி ... தளபதி..இடம் போய்ச் சொல்லுமய்யா...” என்று தன் தூக்கம் கலையக் கூடாது என்பதில் மிகவும் அக்கறையுடன்... அரசர் காவலாளி வெளியேறும் வண்ணம் கை அசைத்து ... தன் பட்டு விரிக்கையை மேலும் இறுக்கி இழுத்துப் போர்த்தி உறக்கத்தைத் தொடர்ந்தார்.

காவலாளிக்குப் புலப்படவில்லை. நாம் ஒன்றும் அதிகாலை வேளையில் அரசரைத் தொந்தரவு செய்யவில்லையே என்று குழம்பினான்.

மதிய உணவு உண்ணும் நேரம் நெருங்கி விட்டது, இன்னமும் உறக்கமா என்று, விரைந்து ஓடி வந்ததில் மூச்சிரைத்துக் கொண்டே, குப்புற உறங்கும் அரசரையும், சந்தனம் சாம்பிராணிப் புகை மூட்டிக் கொண்டிருந்த அங்குள்ள பணிப்பெண்களையும்,

அடுத்து என்ன செய்வது என்று தெரியாமல் முளித்துக் கொண்டு, கைகளையும் கால்களையும் பிசைந்துக் கொண்டு விறைத்துப் போன படி பார்த்துக் கொண்டே நின்றான் காவலாளி.

காவலாளி விரைந்து செல்லும் கால்களின் சத்தம் அரைத் தூக்கத்தில் உறங்கும் அரசனுக்கு எட்டவில்லை.

“என்னையா வேணும்..!” என்று எரிச்சலோடு கூவினான்.

“அதுதான் சொல்லிட்டேனே. போய்த் தளபதியைப் பாரும் என்று..”

“இன்று இரவு வேறு பல விழாக்கள் இருக்கின்றன ... அதற்குத் தயாராக வேண்டுமய்யா...”

தலையை மீண்டும் சொரிந்த காவலாளிக்கு அரசனா இப்படிப் பேசுவது என்ற ஐயம்.

“அரசன் நான்... கட்டபொம்மன் ... விழாக்களில் பொலிவுடன் இருக்க வேண்டாமா!”..

“மாலை விழாக்களில் கட்டபொம்மன் சும்மா வீரமா, கம்பீரமா இருக்க வேண்டாமா..??... அதை விட்டுட்டு, தூக்கமில்லாமல் தொங்கிப் போய் இருந்தால் மக்கள் என்ன சொல்வார்கள்..??” என்று காவலாளியிடம் விவாதமே செய்ய முற்பட்டான் அரசன், மாவீரன் கட்டபொம்மன், பட்டு மெத்தையில் சுழன்றுக் கொண்டே. “போ.. போ... தளபதி.. தளபதியிடம்...” என்று பேச்சை முடித்துக் கொண்டு உறக்கத்தைத் தொடர்ந்தான் அரசன்.

காவலாளிக்கு இதற்கு மேல் அங்கு இருப்பது நன்றன்று என்று புலப்பட்டது. அரசன் ஆணைப்படி தளபதியை நோக்கி விரைந்து சென்றான்.

சித்திரா பவுர்ணமி

அன்று சித்ரா பௌர்ணமி!

மாலை நேரம், முழு நிலவு வானக்கடலில், ஒய்யாரமாய்ப் பவனி வந்துகொண்டிருந்தது; அதன் பளீரென்ற வெண்மை ஒளிக்கதிரில், நட்சத்திரங்களின் கண்சிமிட்டல்கள் காணாமல் போயிருந்தன. நட்சத்திரங்களே வானில் இல்லையெனச் சொல்லுமளவிற்கு நிலாப் பெண் வானத்தைத் தன் ஒளியால் வசீகரித்து, ஆக்கிரமித்துக் கொண்டிருந்தாள்!

பாஞ்சாலங்குறிச்சியில் -

காதலர்கள் நிலா ஒளியில் தங்களை மறந்து ஆடிப் பாடிக் கொண்டிருந்தனர்; குழந்தைகள் கண்ணாமூச்சி விளையாடிக் கொண்டு கூச்சலிட்டுக் கொண்டிருந்தனர்; வீடுகளின் முன்னால், பாய் தலையணை சகிதம், வயதான தாத்தா, பாட்டிகள் வெற்றிலை இடித்துப் போட்டுக் கொண்டிருந்தனர்; சிலர், வீட்டிற்குள் அடைபடாமல், காற்றாட, நிலவில், நிலாச் சோறு சாப்பிட்டுக் கொண்டிருந்தனர்; பலர் காலார நிலா வெளிச்சத்தில் நடை பழகிக்கொண்டு இருந்தனர்; பேச்சும், சிரிப்பும் அந்தப் பாஞ்சாலங்குறிச்சிப் பாளையத்தின் பாறைகளில் மோதி, எதிரொலித்துக் கொண்டு இருந்தன.

அங்கே ஒரு மகரந்தச் சூழல் நிலவியது எனலாம்!

பாஞ்சாலங்குறிச்சிப் பாளையக்காரன், சிம்மக்குரலோன், வீர பாண்டிய கட்டபொம்மனின் கோட்டை திருவிழாக் கோலம் பூண்டிருந்தது.

மகாராணி ஜக்கம்மாளின் அந்தப்புரம், வளையல்களின் ஒலியும், காற்சிலம்புகளின் ஒலியுமாக இருந்தது; பெண்களின் ஆபரணங்களில் இருந்து செயற்கைக் கற்களின் ஒளிச்சிதறல்கள்

காண்பவர்களின் கண்களைக் கூசச் செய்தன.
சிரிப்பும், சிங்காரமும் அங்கே நிலவின!

ராணி ஜக்கம்மாள், நடுத்தர வயதிலும்,
கட்டுடலோடு, அலங்கரித்த பொம்மையாக
அமர்ந்திருக்க, அவளைச் சுற்றி அவளது
தோழிப்பெண்கள் அவளின் அழகுக்கு மேலும் அழகு
கூட்டிக்கொண்டு இருந்தனர். ஒருத்தி சொல்லுகிறாள்,
"மகாராணிக்கு மல்லிகைப் பூவைக் கைகளிலும்
கட்டுங்கடி; கொஞ்சம் மனோரஞ்சிதப்பூவைக்
கொண்டைக்குள்ளும், வெளியேயும் வையுங்கடி;
இரவெல்லாம் மணக்கட்டும்"; இன்னொருத்தி,
"பொன்வளையல்கலைப் பூட்டுங்கள்;
முத்துமாலையைச் சூட்டுங்கள்" என்று!

"நம்ம ராணிக்கு நகைகள் எதற்கடி; அவர்கள்
புன்னகை ஒன்றே போதுமே நம்ம ராஜாவைத் தன்
வயம் இழுக்க!" என்று மற்றொருத்தி கூறினாள்.

"ராணி கொஞ்சம் சிரியுங்களேன்" என்று
ஒருத்தி சொன்னதும் ராணி" கல கல" வென்று
சிரித்துவிட்டாள்.

அவளது முத்தான சிரிப்பொலியையும் மீறி,
"திம், திம்" என்ற காலடிச் சத்தத்தைத் தொடர்ந்து
ஒரு சிம்மக்குரல், "ஜக்கம்மா!" என்றழைத்தது;
ஜக்கம்மாளுக்கு உடலில் பரவசம்; தன்னவர்
வந்துவிட்டாரென்று! ராணிக்குத் தெரியாதா
ராஜாவின் காலடி ஓசையும், குரலும்!

ராஜாவின் கர்ஜனை கேட்ட பணிப்பெண்கள்,
ஓடி மறைந்தனர். அறையின் வாயிலை நோக்கி
ராணி ஓடி வர, வீரபாண்டிய கட்டபொம்மன்
அறைக்குள் நுழையச் சரியாக இருந்தது. இருவரும்
ஒருவரை ஒருவர் மோதிக்கொள்ளாத குறை!
அக்குறையை நீக்க, வீரபாண்டிய கட்டபொம்மன்

கள்ளச் சிரிப்போடு, ஜக்கம்மாவை மெல்லக் கட்டியணைத்தான். அங்கே, சிறிது நேர மவுனம் நிலவியது!

வீரபாண்டிய கட்டபொம்மன், ஜக்கம்மாவிடம் அன்போடு பேசுகிறான்; ஜக்கம்மா, வீரபாண்டிய கட்டபொம்மனிடம், "இன்று சித்ரா பவுர்ணமி; வெளி மடத்திற்குச் சென்று, வெண்ணிலவின் ஒளியில் சிறிது நேரம் இருந்துவிட்டு வருவோமா?" என்றதும்,

"ஜக்கம்மா உன் ஒளி மிகுந்த முகத்தை விட நிலவொளி பெரிதா எனக்கு? சரி வா போகலாம்... நீ ஆசைப்படுகிறாய்..." என்று ஆதரவாக அவளை அணைத்தபடி வெளி மாடம் செல்கிறார்;

மாடத்தில் மக்கள் நகைத்தும், அணைத்தும், உலா வந்து கொண்டிருக்க, கலைஞர்களின் இயல், இசை, நாடக விழா தொடங்கும் நேரமாகியது. ராஜ சபையின் முக்கிய மந்திரிகள் அனைவரும் வெளி மாட சபைக்குள் வரத் தொடங்கினர்.

ஜக்கம்மாவைக் கொஞ்சுவதைச் சிறிதே நிறுத்திவிட்டு, அமைச்சர்களை வரவேற்கத் தொடங்கினான் கட்டபொம்மன்.

படைத் தளபதியார், போர்த் தோரணை அச்சுப் பிசராமல், போர் வாளில் சற்றே தூசியுடன் - ராஜாவை நோக்கி வந்தார்.

"என்ன வெள்ளையத்தேவா... எப்படி இருக்கிறீர்... ரொம்பக் களைத்துப் போய் இருக்கிறீர்கள் போல?" என்று நகைத்த பாணியுடன் கட்டபொம்மன் தளபதியிடம் பேசத் தொடங்கினான்

"ஆமாம் ஆமாம், மிகுந்த பசி... மதிய உறக்கதிற்குப் பிறகு பணியாரம் சாப்பிடலாம் என்று உட்காரும் போது...வந்து கூப்பிட்டுச் சென்று

விட்டனர்…" என்று தளபதியும் விளையாட்டாகப் பதில் சொல்ல - "அதனால்தான் இந்த விழாப் பந்தி ஆரம்பிப்பதற்குள் சண்டையை முடிச்சிட்டு விரைந்து வந்துட்டேன்.." என்று பந்தி மேடைமேல் அமர்ந்த வண்ணம் வெள்ளையத்தேவன் சொல்ல, கட்டபொம்மன் - "சண்டை என்று சொல்கிறீர்கள் ஆனால் போர்த் தோரணை அப்படியே இருக்கே… அதுவும் ஆங்கிலேயர்கள்.." என்று கேலியாக அரசர் கேட்டு… தன் சொல்லை முடிப்பதற்குள் … "அது ஒன்றும் இல்லை அரசே… அதுவும் ஒரு சண்டை என்று…" தளபதி அதனைச் சில்லறை விவகாரமாக உதாசீனப்படுத்திவிட்டு… இருவரும் விழாவையும், பந்தியையும் உண்டும், கண்டும் களிக்கத் தொடங்கினர்!!

பாஞ்சாலங்குறிச்சி பல ஆண்டுகளாகக் கட்டபொம்மனின் நிலையான, வீரமான, நேர்மையான, ஆட்சியில் சுபிட்சமாக இருந்தது. மக்கள் எந்தவித அச்சமும் இன்றி நடு இரவிலும் உல்லாசமாக ஊருக்குள் விளையாடி மகிழ்ந்துக் கொண்டு இருந்தனர். நாட்டில், களவு, கொள்ளை எதுவுமில்லாமல் எப்போதும் அமைதி நிலவியது.

பதினாறாம் நூற்றாண்டு வரலாறு நமக்குத் தெரிந்ததே. வணிகம் வேண்டி வந்த ஆங்கிலேயர்கள், கரையான் போல் நிலத்தை, இந்திய மண்ணை, ஆக்கிரமிக்கத் தொடங்கினர். வியாபார நோக்கத்தோடு, கடல் மார்க்கமாக, வணிகம் நாடி, பிழைப்பு நாடி, நட்புறவு போன்ற பல காரணங்களோடு, இந்தியாவிற்குள் நுழைந்தவர்கள் தான். படிப்படியாகக் குறுநில மன்னர்களுடைய நாட்டு விவகாரங்களில் தலையிட ஆரம்பித்து, காட்டில் திரிந்த சிங்கம், குள்ளநரியின் உதவியோடு, கூட்டம் கூட்டமாக

வாழ்ந்த பசுக்களைத் தனித்தனியாகப் பிரித்துக் கபளீகரம் செய்ததைப் போல, ஆங்கிலேயர்கள், சில உள்நாட்டுத் துரோகிகளின் உதவியோடு குறுநில மன்னர்களின் ஒற்றுமையைக் குலைத்து, ஒவ்வொரு மன்னரிடமும் நயவஞ்சகமாகப் பேசி, ஒருவருக்கொருவர் பகை மூட்டி, அவர்களுக்குள் படையெடுக்கத்தூண்டியும், அதற்குத் தாங்கள் உதவுவதாகக் கூறியும், உதவி செய்தும், போர்தொடுத்தனர். இவ்வாறு போர்தொடுத்த நாடுகளின் பொருளாதாரத்தைச் சீர்குலைத்தும், பின்னர், அவர்களுக்குப் பொருளுதவி செய்வது போல் செய்து, அவர்களைக் கடனாளியாக்கி, கொடுத்த கடனுக்கு வட்டியும் வசூலித்து, அவர்களைக் கடன் சுமைக்கு ஆளாக்கி, முடிவில், வட்டியும் முதலும் கட்ட முடியாத நிலைக்குக் ஆளாக்கப்பட்டனர் பல குறுநில மன்னர்கள்.

நாட்டின் ஒரு பகுதியை அதற்கு ஈடாகப் பெற்றோ, அல்லது நாட்டினைப் பாதுகாக்க என்ற பெயரில், வரி வசூலித்தோ அல்லது மறைமுகமாக அரசு அதிகாரங்களைத் தங்கள் வசம் கொண்டு வந்தோ பல இந்திய மன்னர்களைத் தங்களின் ஆளுமைக்குள் கொண்டு வரும் சூழ்ச்சி, போக்கு, அரசியல் வியூகம் ஆங்கிலேயனுக்குச் சரளமாகி விட்டது.

ஆங்கிலேயன் பல சிற்றரசர்களைத் தன் வரி வலைக்குள் அடைத்திருந்தாலும், வீரபாண்டிய கட்டபொம்மன், இன்றும், ஆங்கிலேயனுக்கு எந்த வகையிலும் சளைக்காமல், சுதந்திர நாடாக ஆட்சி புரிந்து கொண்டு இருந்தான். கட்டபொம்மனின் அரண்மனை மதில் சுவர்கள் பல தலைமுறைகளாகத் தகர்க்கப்படவே இல்லை!

கட்டபொம்மனின் செங்கோல் ஆட்சியும், அதிரடிப் போர் வீரர்களும், யானை, குதிரை, மற்றும் காலாட்படை போன்ற முப்படை பலமும், கொண்டு இருந்ததைக் கண்டு பாளையக்காரர்கள் மத்தியிலும், தென் இந்தியா முழுவதும், "வீரபாண்டியன்", "வீரபாண்டிய கட்டபொம்மன்" என்றே அழைத்துச் சிறப்பிக்கப்பட்டான்!

கட்டபொம்மனுக்குத் தன் செங்கோல் ஆட்சியில், தன் வீரத்தில், தன் நிலைப்பாட்டில் - மிகுந்த கர்வமும், மிகுந்த திமிரும் உண்டு!

ஆங்கிலேயரின் படை, ஆதிக்கம் இன்று வரை, இந்த சித்திரா பௌர்ணமி வரை, தன் ஆட்சிக்குப் பங்கம் வர வைக்கும் என்ற ஐயம் கட்டபொம்மனுக்கு சிறிது அளவிலும் மனதில் தோன்றவில்லை. காலத்தின் போக்கு திசை திரும்பக்கூடுமோ என்று அவன் கனவிலும் கணக்கிடவில்லை. இன்று வரை கட்டபொம்மனுக்கு அவை - ஆங்கிலேயர்கள் உட்பட - எல்லாம் சில்லரை விஷயமாகவே அவன் கண்களுக்குத் தென்பட்டன.

வீரவேல் வெற்றிவேல்

"**த**ளபதியாரே, நான் கேட்கும் செய்தி உண்மைதானா?" என்று ஒற்றன் கொண்டு வந்த ஓலையைப் படித்து விட்டுக் கேட்க.. "ஆம் அரசே, ஆங்கிலேயன் மீண்டும் போர் தொடுக்க ஆவலாக இருக்கிறான்". "நாம் வரி கொடுக்காமல் இருப்பது அவனுக்குப் பொறுக்கலையாம்.." என்று சற்றே கேலியாக தளபதியும் பதில் அளிக்க, அரசவை மந்திரிகள் மத்தியில் மெல்லிய கர்வம், ஏளனச்சிரிப்புத் தாண்டவம் ஆடியது

கட்டபொம்மனின் தளபதி வெள்ளையத்தேவன், "ஆனால் அரசே இந்த முறை அவர்களது போர்க் கருவிகளை மேலும் பலப்படுத்தி இருப்பதாகப் பல செய்திகள் வந்துள்ளன" என்று கேலிப் புன்னகையோடு சொல்ல, "அது என்ன செய்தி, எனக்குத் தெரியாத செய்தி" என்று கட்டபொம்மனும் ஆர்வத்தோடு கேட்பது போலத் தலையசைத்தான்.

"இரு மாதங்களுக்கு முன், சென்ற போரில் நம்மிடம் பெரும் தோல்வி அடைந்த ஆங்கிலேயர், மேலும் பல துப்பாக்கிகள், படைவீரர்கள் மற்றும் குதிரைகள் போன்றவற்றை அவர்கள் படைக்குக் கூடுதலாகச் சேர்த்து வலுவாக்கி உள்ளனர்" என்று வெள்ளையத்தேவன் சொல்ல, "அரபு நாட்டுக் குதிரைகளோ..!" என்று கேலியாக ஏளனம் செய்யத் தொடங்கினான் கட்டபொம்மன்.

"தளபதியாரே, கொஞ்சம் சொல்லுங்க, நாம் எவ்வாறு சென்ற முறை வெற்றி பெற்றோம் என்று!" அரசர் கேட்க, தளபதி வெள்ளையத்தேவன் எக்களிப்போடு, நெஞ்சை நிமிர்த்திக் கொண்டே - "அரசே உங்களுக்குத் தெரியாததா, கடந்த முறை சித்ரா பவுர்ணமி விழாக் காலம். அதனால் காலாட்படை வீரர்கள் பலரும் குடும்பத்தோடு விழாக் கொண்டாட வீடு சென்று விட்டனர். எஞ்சி

இருந்த ஒரே ஒரு வில் அம்புப் படைக் கட்டு / பட்டாளம் (Battalion) இரண்டு காலாட்படைக் கட்டு பட்டாளம், ஒரே ஒரு குதிரைப் படைக் கட்டு, இவற்றை மட்டுமே கொண்டு போர்க்களம் சென்றிருந்தோம்" - என்று விளக்கம் அளித்தார் தளபதி.

"அப்ப... நமது யானைப் படையை அவர்கள் இன்னும் பார்க்கக் கூட இல்லையா?" என்று வியப்பில் கட்டபொம்மன் கேட்க - "ஒரு கட்டு யானை இல்லாவிட்டாலும், ஒன்று இரண்டு யானைகளையாவது கொண்டு சென்று இருக்கலாமே" என்று கட்டபொம்மன் ஆதங்கத்தோடு சொல்ல "யானைகள் மிகுந்த சொகுசு வாழ்க்கை வாழுகின்றன நம்மிடையே!... போர் யானைகளாக இருந்தும் வெறும் ஊர்த் திருவிழாக்களுக்கு மட்டுமே உபயோகப் படுகின்றனவா..." என்று கட்டபொம்மன் நகைப்போடு எக்களித்தான்.

"இல்லை, இல்லை அரசே, சில மாதங்களுக்கு முன் ஹைதர் அலி மச்சான் கல்யாணத்துக்கு, இரண்டு கட்டு யானைப் படை சென்று, மிகுந்த தங்கக் காசுகள் வந்தனவே, நினைவில்லையா... அரசே.." என்று அமைச்சர் தானாவதிப் பிள்ளை ஆறுதல் சொல்ல, விவாதம் எங்கோ செல்லத் தொடங்கியது.

இதனை உணர்ந்து, அச்சமயத்தில் "அரசே..." என்று மெல்லிய தயக்கத்தோடு, ஓலை வாசித்தவன் அரசவையின் கவனத்தைத் திரும்பப் பெற முயற்சிக்க, அரசன் கட்டபொம்மன் "ம்ம்... ம்... சரி, இந்த முறை ஆங்கிலேயனுக்கு நல்ல பாடம் கற்பிக்க வேண்டும்" என்று அரசபையின் கவனத்தை மீண்டும் ஓலையின் செய்திக்குக் கொண்டுவந்தான்.

45

ஆங்கிலேயனின் ஓலையைக் கைகளில் தட்டிக் கொண்டே முற்றத்தை நோக்கிச் சென்றான் கட்டபொம்மன். "ம்...ம்...நானும் களத்தில் இறங்கி வெகு நாட்களாகிவிட்டன" - என்ற யோசனையுடன், தன் புஜபலத்தை முறுக்கிக் காட்டிய வண்ணம், நிலவின் ஒளியையும், மின்னும் நட்சத்திரங்களையும் உற்றுப் பார்த்த வண்ணம் இரண்டு நிமிடம் அமைதியாக யோசித்தான்.

சில நொடிகளில் "ஜல் ஜல்" என்று "துறு துறுவென" ஓடிவரும் சலங்கைச் சத்தம் தூரத்தில் கேட்க, கட்டபொம்மன் பலத்த புன் சிரிப்புடன் தன் தமையன் ஊமைத்துரையின் குழந்தைகளை வரவேற்க வெளி மாடத்திலிருந்து திரும்பி ஓடி வரும் குழந்தைகளை ஆசையோடு அரவணைத்தான்.

பரபரப்பான இருந்த சூழல் மாற, அங்கிருந்த அனைவரும் சபைக்கு வந்த அரச குடும்பத்தினரிடம் கனிவோடு பேசப் பேச நேரம் சென்றதே தெரியவில்லை.

இருப்பினும் இதற்கு மத்தியில், "தளபதியாரே - போருக்குத் தயாராகுங்கள் நம்மிடம் உள்ள படைகளை எண்ணிக்கையிடுங்கள். நாளைக் காலை மீண்டும் சிந்திப்போம்... சந்திப்போம்" என்று முக்கியமாகச் சொல்ல வந்த செய்தியைத் தான் மறக்கவில்லை என்ற வகையில் ஓலை கொண்டு வந்த காவலாளியை நோக்க, காவலாளியும் திருப்திகரமாக, தலையை வணங்கி, வணக்கம் செய்து விடைபெற்றான்.

"பெரியப்பா, பெரியப்பா, திரும்பவும் போரா? சண்டையா? என்ன பெரியப்பா நீங்க அடுத்த மாதம் வரும் ஆடித் திருவிழாவில் எங்களுக்கு நிறைய வான வேடிக்கைகளும், வித்தை விளையாட்டுகளும்,

காண்பிப்பதாகச் சொல்லி இருந்தீர்களே… மறந்து விட்டீர்களா?" என்று குழந்தைகள் நச்சரிக்க, கட்டபொம்மன் - "அடடா…மறப்பேனா..இல்லவே இல்லை.. மறக்கவே இல்லை, இப்பக்கூட அதைப் பற்றித்தான் பேசிக் கொண்டிருந்தோம்" என்று சொல்லிச் சமாளிக்க - "இந்த முறை நீங்கள் யாரும் எதிர்பார்க்காத அளவுக்கு வான வேடிக்கைகள் காண்பிக்கப் போகிறேன் பார்" என்று சொல்லிய வண்ணம் தன் மனதிற்குள் பல வியூகங்களை யோசிக்கத் தொடங்கினான் கட்டபொம்மன்.

மறு நாள் காலை, சபை கூடியது. தளபதி வெள்ளையத்தேவன், தமையன்மார்கள் ஊமைத்துரை, துரைசிங்கம், அமைச்சர் தானாவதிப் பிள்ளை மற்றும் சில முக்கிய மந்திரிகள் சபையில் கூடினர்

அனைவரும் முழு கவனத்துடன், விழிப்புடன், போர் விவகாரம் குறித்து முக்கிய முடிவு எடுக்க வேண்டும் என்ற உறுதியுடன் வந்தனர்.

"தளபதியாரே கூறுங்கள், நம்மிடம் எத்தனை படைக் கட்டுகள் உள்ளன?" என்று கட்டபொம்மன் நேரம் கழிக்காமல் விறு விறுவென சபையைத் தொடங்கினான். தளபதியாரும் தயாராகத் தன்னிடம் உள்ள விவரங்களை அடுக்கடுக்காக எடுத்து வைக்க, சபையிலிருந்த அனைவரும் அமைதியாகக் கேட்டனர்.

"இவைதான் நம்முடைய முழுப் படை பலம் அரசே! இவை அனைத்தையும் தயார் படுத்த சிறிது காலம் ஆகும் அரசே" என்று சொல்லி முடிக்க - கட்டபொம்மன் கம்பீரமாக இராஜ மேடையில் அமர்ந்து, தளபதியார் சொன்னதைக் கவனமாகக் கேட்டதுடன், தன் இரு விழிகளையும்

புருவங்களையும் கசக்கிய வண்ணம், கூர்மையாக யோசித்துக் கொண்டு இருக்க சபை முழுவதும் நிசப்த அமைதி நிலவியது.

“தளபதியாரே - அடுத்த மாதம், ஆடி வெள்ளிக்கிழமை அன்று, ஒட்டப்பிடாரத்தின் வழியாக உள்ள சவுக்குத் தோப்புக்கு அருகே, பாஞ்சாலங்குறிச்சி மலைத்தொடர் நடுவே உள்ள மைதானத்தில் போருக்குத் தயாராக இருப்போம் என்று ஓலை அனுப்புங்கள்” என்று சொல்ல, நிசப்தமாக இருந்த சபை “சல சல” வென்று முனு முனுக்கத் தொடங்கி, அமைச்சர்கள் மத்தியில் பேச்சுவார்த்தைகளும் தொடங்கின.

தளபதிக்கும், தமையன்மார்களுக்கும் அரசன் என்ன வியூகம் யோசிக்கிறார் என்று உடனே புலப்படவில்லை, ஆனால் ஏதோ ஒன்று புதிதாக செய்ய முற்படுகிறார் என்று, கட்டபொம்மனின் மெல்லிய கர்வச் சிரிப்பில் கணிக்க முடிந்தது.

தளபதி உடனே “பாதிக்கும் மேற்பட்ட படைக் கட்டுகளை தயார் பண்ணி விடலாம் அரசே... போன முறை வெறும் ஒரு கால் படை கொண்டு சென்று சுலபமாக வென்று வந்தோம்.. அரைக் கட்டுப் படை இந்த முறை போதும் என்று நினைக்கிறேன்...” என்று சொல்ல.. “முக்கால் படை.... முக்கால் படை.. வேண்டும்” என்று மூன்று விரல்களைக் காட்டிய வண்ணம் செய்கை செய்ய...”, தங்களுக்குத் தெரியாதது இல்லை, இது ஆடித் திருவிழா காலம், எல்லோரும் குடும்பத்துடன் கொண்டாடும் நேரம்..” என்று தயக்கத்துடன் சொல்ல.. கட்டபொம்மன்.. கோபமாக “வீரவேல் வெற்றிவேல்... நாட்டின் தற்காப்பு முக்கியமா? இல்லை திருவிழா முக்கியமா?” என்று உரக்கச் சொல்ல, அரசபையில் சல சலப்பு நின்றது மறுபடியும் நிசப்த அமைதி.

"போர் ... ஆடித் திருவிழா...ம்.. ஆங்கிலேயர் படை... ம்ம்..." என்று வார்த்தைகளையும், யோசனைகளையும் ஜவ்வு போல் இழுக்க "நானும் போருக்குச் சென்று பல காலமாகி விட்டது. இம்முறை நானும் போர்க்களத்தில் இறங்கலாம் என்று முடிவு செய்துள்ளேன்" என்று கூறிக்கொண்டே தளபதியைக் கூர்ந்து நோக்கி, "படைகளைத் தயார் செய்யுங்கள்..." என்று கட்டபொம்மன்..மெல்லிய புன்னகையோடு முடிக்க, வெள்ளையத் தேவனுக்கு ஏதோ ஒன்று புரிந்ததுப் போல்.. தலையை அசைத்துக்கொண்டே சம்மதித்தார்.

தளபதி வெள்ளையத்தேவனுக்கு அரசனைப் பற்றி நன்கு தெரியும்.. மக்கள் சந்தோஷமும், நலன் மட்டுமே கட்டபொம்மனுக்கு தலையாய முக்கியத்துவமாகும். அவ்வாறு இருக்கையில் ஆங்கிலேயர் போன்ற ஒரு சிறு படையைச் சந்திக்க, அரசனே வர வேண்டிய காரணம் என்ன ... அது மட்டுமல்லாது ஊர்த் திருவிழாவின் போது போருக்கான அவசரம்தான் ஏன் என்று வெள்ளையத்தேவனுக்கு சந்தேகம் வர.. "சரி மன்னா, அப்போது நான் சென்று திருவிழாவிற்கு ஏற்பாடு செய்த பொருட்காட்சி, வான வேடிக்கை மற்றும் வீர விளையாட்டுகளை இரத்து செய்யுமாறு செய்தி அனுப்புகிறேன்.." என்று தளபதியார் தயக்கத்துடன்... மெல்லிய சிரிப்புடன் சொல்ல.. கட்டபொம்மன் தன் அரச மேடையிலிருந்து எழுந்து நின்று..மெதுவாக.. இறங்கத் தொடங்கினான்.

"திருவிழா... ம்..ம்.. பொருட்காட்சி... வீர விளையாட்டு... வான வேடிக்கை...ம்..ம்.." கட்டபொம்மன் கைகளை பிசைந்துக் கொண்டே நடக்க.. தளபதி அருகே வந்து "போர் கூட வீர விளையாட்டுத் தானே.." என்று சொல்ல, பதற்றத்தில் குழம்பி முளித்தனர் சபையினர்.

சில நொடிகள் வெள்ளையத்தேவனும் கட்டபொம்மனும் கண்களால் ஆமோதித்துக் கொண்டபின் கட்டபொம்மன் சபைக்கு நடுவே சென்றான்.

கட்டபொம்மன் சற்றே மீசையை முறுக்க, நெற்றிப் புருவம் குருக "பாஞ்சாலக்குறிச்சி வீரம் கொண்ட நாடு. செழுமையான நாடு. வரலாறு கண்ட நாடு!" என்று கனத்த குரலோடு சபையை நோக்கி சொல்ல - "இந்தப் பாஞ்சாலங்குறிச்சி மட்டும் அல்ல பாளையகாரர்கள் அனைத்து இராஜ்ஜியங்களிலும் நம் நாடு தான் பெரியது, வலியது.." என்று மார்தட்டிக் கொள்ள ஆரம்பிக்க, சபையிலிருந்தோர் தங்கள் கேடாரத்தையும், வாள்களையும் தரையில் தட்டி ஆமோதிக்க, கட்டபொம்மன் இப்போது வேகமாக வலதும்-இடதுமாக நடந்தான்.

"அவ்வாறு இருக்கையில், எங்கு இருந்தோ வந்த வெள்ளைக்காரன் நம்மை சீண்டத் துணிந்திருக்கிறான்.. அதுவும் ஒரு முறை அல்ல இது இரண்டாவது முறை.." என்று கட்டபொம்மன் இப்போது தன் குரலையும்,ஆவேசத்தையும் கூட்டி, அகன்ற கண்களோடும், இறுக்கிய கைகளோடு சபையினர் அனைவரையும் ஓர் அலசல் பார்வையிட்டு - "முதல் முறை வந்தபோதே நன்கு பாடம் கற்பித்து இருந்திருந்தால் இப்போது நாம் இங்கு பேச வேண்டிய அவசியமே இல்லை" - என்று தளபதியாரை நோக்கிப் பேச, வெள்ளையத்தேவன் தான் ஏதோ தவறு செய்திருக்கக் கூடுமோ என்று நினைக்கத் தொடங்க, சற்றே தயக்கத்துடன் பதில் சொல்ல ஆரம்பித்தான்.

"மன்னா..."

தளபதியின் பேச்சை நீட்ட இடம் கொடுக்காமல் கட்டபொம்மன் வெகுவாக மறித்து, உரத்த குரலில்,

"அதுவும் நன்றே".. "அதுவும் நன்றே".. "எல்லாம் நன்மைக்கே..." என்று சமாதானப்படுத்த, "நானும் போர்க் களத்தில் இறங்கி வெகுநாட்களாகி விட்டன.." என்று சொல்லத் தொடங்கினான்.

"அது மட்டுமல்ல, ஆங்கிலேயன் போர் நுட்பத்தை நானும் காண ஆசைப்படுகிறேன்... அவன் வைத்திருக்கும் அந்த அரேபிய நாட்டுக் குதிரைகளைக் கொஞ்சம் நானும்தான் பார்க்கிறேனே.." என்று நக்கல் புன்னகையுடன் தளபதியின் தோளைத் தட்டிக் கொண்டே சொல்ல சபையில் "பலே வெள்ளையத்தேவா".. "பலே வீரபாண்டியன்".. "சும்மா அதிரப் போகுது" என்று பல அமைச்சர்கள் ஆமோதித்தனர்.

"ஆனால் இந்த முறை ஆங்கிலேயருக்குப் பாடம் கற்பிக்க வேண்டும். மீண்டும் இந்தப் பக்கம் வர, அவன் கனவில் கூட நினைக்கக் கூடாது" என்று அழுத்தமாகச் சொல்லிச் சபையின் சலசலப்பை நிறுத்த முயன்றான் கட்டபொம்மன்.

தமையன் துரைசிங்கத்திற்கு இன்னமும் ஏதோ திருப்தி இல்லாதது போல் கண்களைச் சுழற்றிக் கொண்டு இருந்தார். சபையில் சலசலப்புக் குறைந்தாலும், சற்றே குழப்பத்தில் இருப்பது போல் இருக்க, கட்டபொம்மன் தமையன் துரைசிங்கத்துக்கு அருகே வந்து, "ஊர்த் திருவிழா..?!" என்று துரைசிங்கம் மெலிதாக வினவ "திருவிழா... பொருட்காட்சி.. அதை மறந்துவிட்டேனே" என்று நிலைமையைப் புரிந்து கொண்ட வண்ணம் கட்டபொம்மன் கூற, "ஆம்.. ஆம்...என்ன செய்யலாம்.. யோசிக்க வேண்டிய ஒன்றுதான்.." என்று அரசர் தானும் சிந்திப்பது போல் இடது கைளை இடுப்பில் வைத்துக் கொண்டும், வலது கையில் தன் மீசையை முறுக்கிக் கொண்டு மெதுவாக நடந்துகொண்டே சபையில் இருந்தோரை மீண்டும் மேலும் கீழுமாக அலசிப் பார்த்தார்.

"யுத்தகளம் நம் பாஞ்சாலங்குறிச்சிக்கு அருகில் தானே" என்று கேட்க, துரைசிங்கம் விறு விறுவென "ஆம் அண்ணா ஓட்டப்பிடாரத்தில் உள்ள பெரியகுளம் நீரின்றி இப்போது மைதானமாக மாறி உள்ளது. அதுவே நம் போர் மைதானமாய் ஆகிவிட்டது".

தமையன் ஊமைத்துரை அதற்கு மேற்படியாக விளக்கம் தர முற்பட்டான். "அண்ணா, அதன் மேற்கே அடர்ந்த சவுக்குக் காடும், கற்பூர மரக்காடுகளும் பரவி உள்ளன. தேவைப்படும் போது அங்கு இருந்து மறைந்து தாக்கலாம். மைதானத்தின் கிழக்குத் திசையில் தான் நம் பாஞ்சாலங்குறிச்சியின் மாந்தோப்பும், தென்னந்தோப்பும் உள்ளன. இந்த மலைத் தொடர்களுக்கும், கற்பூரமரக் காடுகளுக்கும் நடுவே தான் நம் போர் மைதானம், யுத்தக்களம் அமைந்துள்ளது" என்று ஒரு பெரிய வரைபடமே வரைந்து விட்டார் ஊமைத்துரை.

"நமது பாஞ்சாலங்குறிச்சி நகரமே அந்த மலைத் தோப்புகளுக்கு மேலும் பின் புறம், மிகவும் மூலோபாய ரீதியாக (Strategically), இயற்கைப் பாதுகாப்பில் அமைந்துள்ளது" என்று தளபதி பெருமிதத்தோடு, தமையன் மார்கள் துரைசிங்கம், ஊமைத்துரை அவர்களின் உரைக்கு வலு சேர்த்தார்.

"பலே வெள்ளையத்தேவா, சரியாகச் சொன்னீர்" என்று தளபதியின் பெருமிதத்தை மெச்சி கட்டபொம்மனும் கர்வம் கொண்டு கைகளைத் தட்ட "அங்குதானே, அந்த மாந்தோப்புகளுக்கு நடுவே நம் பசுக்களையும், ஆடுகளையும் மேய்த்து வருவர் நம் ஊரார்" என்று கேட்டதற்கு சபையிலிருந்த காவலாளி முதல் எல்லோரும் ஆமோதித்தனர்.

“மூன்று நாள் திருவிழாவல்லவா, போரும் திருவிழாவின் இறுதி நாளும் ஒன்றாக அமைந்துள்ளன அல்லவா.. ம்..ம்” என்று கட்டபொம்மன் அனைவரின் கவனம் தன் மேல் இருப்பதை உணர்ந்து, அதைச் சிதறவிடாமல் சபையிலிருந்தோர் அனைவரையும் சுழற்றிப் பார்த்துக் கொண்டே, கைகளை இடுப்பில் அமர்த்திய வண்ணம், கம்பீரமாக நடந்து கொண்டே “ம்... ம்...” என்று எல்லோரின் எதிர்பார்ப்புகளையும் தூண்டிக் கொண்டிருந்தான்.

“இவ்வாறு செய்தால் என்ன - திருவிழாவை இரத்து செய்வதற்குப் பதிலாக, அனைவரும் நமது போர் நடக்கும் காட்சியையும், போர் வெல்லும் காட்சியையும் கண்டு களிக்கட்டுமே!” என்று சொல்லி முடிக்க, பேயடித்தாற் போல் அமைச்சர்கள் முகத்தில் அச்சுப் பிசறவில்லை சில நொடிகளுக்கு.

அனைவரும் அதிர்ச்சியில் பெருமூச்சு இழுத்ததுடன், கட கட வென, சலசலப்பு, முணு முணுப்பு, ஆரவாரம், தொடங்கிற்று சபையில்.

“அரசே என்ன சொல்கிறீர்கள்” என்று தயக்கத்துடன் அமைச்சர் ஒருவர் கேட்க - “ஆம் அமைச்சரே, போரில் இல்லாத குதிரை வித்தையா, போரில் காண முடியாத யானை ஊர்வலமா, போரில் காணமுடியாத வீரர்களின் அணிவகுப்பா, இல்லை வீர விளையாட்டுக்குத்தான் பஞ்சமா?“ - என்று உரக்கச் சொல்ல ஆரம்பித்தான் கட்டபொம்மன்.

“வீரமும், விவேகமும், செழிப்பும் மங்காத இந்த பாஞ்சாலங்குறிச்சி மக்களுக்கு மேலும் புத்துணர்ச்சி தருவதுப் போல், ஒரு புதுவித பொருட்காட்சி போல், நமது வலிமையை பறைசாற்றும் வகையில், போர் புரியும் காட்சியை, போர் வெல்லும் காட்சியைக் கண்டு மகிழட்டுமே..!!”

"நமது படை பலத்தை, நமது யானை படை துவம்சம் செய்யும் காட்சியை, நமது குதிரைப் படையின் விறு விறுப்பை, நமது வாளின் வீரத்தைக் கண்டு மகிழ்வதைக் காட்டினும் வேறு என்ன சந்தோஷம் இருக்க முடியும்" என்று அகன்ற கண்களோடு, ஏதோ ஒரு பெரும் புதையலை, துருப்புச் சீட்டைக் கண்டுபிடித்து போல், பெருமையுடன், மீசையை முறுக்கிக் கொண்டு, ஆண் சிங்கம் கர்ச்சித்துக் கொண்டே நடப்பதுபோல், கட்டபொம்மன் சபையிலிருந்தோரைக் கண்ட வண்ணம் நடக்க, சபையில் சிறிதே நிசப்த மௌனம், மறுபடியும்.

சிலர் பேய் அறைந்தாற்போல் திணறினர், சிலர் பின் தலையைச் சொரிந்தனர் - ஆக எல்லோரும் குழப்பத்தில் இருப்பதை உணர்ந்தான் கட்டபொம்மன்.

அப்போது விளக்கம் அளித்திருக்கலாம், மீண்டும் ஒருமுறை, அரசனான தன் விருப்பத்தைப் புகுட்டியிருக்கலாம். ஆனால், பொறுமை காத்தான் கட்டபொம்மன்.

தன் மனதில் தோன்றிய எதிர்கால நன்மைகள், அதே தொலைநோக்கு கணக்குகள், தன் சிந்தைக்குள் வடிவமைத்த அதே பொருட்காட்சியுடன் கூடிய யுத்தக்களம் - அரசவை அமைச்சர்களின் மனதிலும் விதை முளைக்க சிறிதே அவகாசம் கொடுத்தான்

அப்போது -

"பலே, பலே என்ன ஒரு முற்போக்குச் சிந்தனை" என்று துரைசிங்கம் துள்ளிக் குதித்து ஆமோதித்தான். அண்ணன் போன்றே அகன்ற கண்களோடு, மீசை முறுக்கோடு தம்பி, கை தட்டிய வண்ணம் சபைக்கு நடுவே வர - "சிந்தனை அல்ல,

கனவு, மாபெரும் கனவு, கனவை மெய்ப் படுத்த இதுவே மெத்த தருணம்" என்று ஊமைத்துரையும் சொல்லிக்கொண்டே சபைக்கு நடுவே வந்து தமையன் தோள்களைத் தட்டினான்.

இப்போது சபைக்கு நடுவே மூன்று பேர் மட்டுமே - கட்டபொம்மனும் மற்றும் இரு தமையன்மார்களும்.

அரசபையில் சலசலப்பு, மந்திரிகள் தங்களுக்குள் விவாதிக்க ஆரம்பித்தனர்.

இதையெல்லாம் பொருட்படுத்தாது, ஆழ்ந்த சிந்தனையில் வெள்ளையத்தேவன் இருக்க - "என்ன தளபதியாரே சத்தமே காணோம்" என்று ஊமைத்துரை கேட்டான்.

சில நொடி அமைதிக்குப் பிறகு தளபதி தெளிவடைந்த குளம்போல், நிதானமான குரலில், "நமது கிராமத்துக்கும் போர் நடக்கும் மைதானத்துக்கு ஒன்று அல்லது இரண்டு மையில்கள் இருக்குமே, எவ்வாறு அனைத்து மக்களையும் அங்கு கொண்டு வரப் போகிறோம் என்று யோசித்துக் கொண்டிருந்தேன்" என்று சொல்ல, துரைசிங்கம் துள்ளலில் "பலே..பலே" என்று குதித்துச் சொல்ல, தளபதியும் இதற்குச் சம்மதமா?? என்ற வியப்பில் அரசவையின் சல சலப்பு, நிசப்தம்... மௌனமாக மாறியது.

தளபதி அமர்ந்து இருந்த மேடையில் இருந்து எழுந்து அரசவைக்கு நடுவே நடக்க, "பாஞ்சாலக்குறிச்சி நாட்டு வீரர்களின் போர்ச் சண்டை போல், வாள்வீச்சைப் போல் வேறு ஒரு பிரம்மாண்டத்தை நான் வேறெங்கும் கண்டதில்லை!"

"என் தந்தையை அனைவரும் அறிவீர். ஜெகவீரப் பாண்டிய மன்னனின் நிரந்தரத் தளபதியாக

இருந்து மாண்டவர். என் தந்தையுடன் பலமுறை போருக்குச் சென்றிருக்கிறேன். சிப்பாயாக இல்லை, பார்வையாளராக! இளம் வாலிபனாக, என் தந்தையின் வாள் வீச்சும், வர்ண கவசம் அணிந்த குதிரைகளின் அணிவகுப்பும் கண்களுக்குப் பிரம்மாண்ட வேடிக்கையாகத்தான் தென்பட்டன".

"ஆயிரம் வீரர்களை முன்னின்று, போரில் வென்ற காட்சி பல ஆண்டுகளாக என் கண்களுக்குள், என் சிந்தைக்குள், என் நெஞ்சத்தில் அசைவிலா உத்வேகமாக இன்றும் இருக்கிறது.!"

"அந்த நாள் முதல் என் நெஞ்சம் கூடிய சிந்தை முழுவதும் வாள் வீச்சை ரசிக்கத் தொடங்கியது"

"இதே மெய் சிலிர்ப்பை, இதே உத்வேகத்தை, பாண்டிய நாட்டு வீரத்தை, இதே உச்சக் கட்ட கர்வத்தை, தலைகனத்தை, ஒரே சமயத்தில் நாடு முழுவதும் போதிக்க முடியும் என்றால் - தளபதியான எனக்கு வேறென்ன வேண்டும்" - என்று தன் வலது கால் தொடையை அறைந்த சத்தம் சபையில் எதிரொலிக்க, அதே அகன்ற கண்களோடும், நெஞ்சு நிமிர்ந்த நடையோடும், ஆண் சிங்கம் கர்ச்சிப்பது போல் - அதாவது நான்காவது ஆண் சிங்கம் - சபைக்கு நடுவே வர "வீரவேல் வெற்றிவேல்" என்று முழக்கமிட்டுக் கொண்டே ஜோதியில் கலந்தார்.

துரைசிங்கம் மடியில் உறையில் இருந்த வாளை விரைந்து உருவி, தளபதியின் தோள்களை தட்டிய வன்னம், வாளை உயர்த்தி, தமையனும் "வீரவேல் வெற்றிவெல்" என்று முழக்கச் சொன்னான். இதனை அடுத்து ஊமைத்துரையும், தளபதி வெள்ளையத்தேவனும் வாளை விண்ணுக்கு உயர்த்தி "வீரவேல் வெற்றிவேல்" என்று சபை அதிர முழக்கமிட்டனர்.

மெய் சிலிர்த்துப் போன சபை, அமர்ந்திருந்த மந்திரிகள் அனைவரும் எழுந்து நிற்க, கட்டபொம்மனும் தனது வாளை உயர்த்தி, தன் உச்சக் குரலில் "வீரவேல் வெற்றிவேல்" என்று முழக்கமிட, அரசவையில் இருந்த அனைவரும் ஒன்று கூடி, கட்டபொம்மனின் கூவலுக்கு இணங்க, அதே வீரத்துடிப்போடு *"வீரவேல் வெற்றிவேல்"* என்று கர்ச்சித்தனர்.

சபையின் ஆரவாரம் அரச மாளிகையைத் தாண்டி, வெளி மைதானம் வரை கேட்டதாம்!

போர் பொருட்காட்சி

இனிய ஆடி வெள்ளி தொடங்கியது.

கிழக்கே உதிக்கும் சூரியன் சற்றே பிரகாசமாய் மின்னுவது போல் தோன்றியது.

வடக்கே ஆங்கிலேயனின் படைகள் குவிந்து இருந்தன. ஆங்கிலேயனின் குதிரைப் படை கண்களுக்கு எட்டிய தூரத்திற்கு மேல் குவிந்திருந்தது. குதிரைகளும், போர் வீரர்களும் போருக்குத் தயார் நிலையில் இருந்தனர். போர் வீரர்கள் வாள்களைத் தீட்டியபடி தயாராக இருந்தனர்.

வடக்கே பரபரப்பாக நிலைமை இருக்க, கிழக்கே நமது பாஞ்சாலங்குறிச்சியின் நிலைமையே வேறு.

கிழக்கே நமது கட்டபொம்மனும், பாண்டிய நாட்டுப் படைகளும் சோம்பல் முறிப்போடு, கொட்டாவி விட்டுக் கொண்டிருந்தனர். மெதுவாக, தற்செயலாக, தயாராகிக் கொண்டிருந்தனர். குதிரைப்படைகளும், காலாட்படைகளும் ஆங்கிலேயர் பகுதியைக் காட்டிலும் சற்றுக் குறைவாகவே இருப்பது போல் தோன்றின.

இதைக் கண்ட தளபதி ஜாக்சன் துரை அலட்சியப் புன்னகையுடன், "இந்தப் படைக்கா நாம் முன்பு தோற்றுப் போனோம்? நம்ப முடியவில்லையே..?" என்று ஆச்சரியத்தில் நகையாட," இன்னும் கட்டபொம்மனும், துரைசிங்கமும் தயாராகவில்லை போல் தெரிகிறதே... பாளையக்காரர்கள் நமது படை பலத்தைக் கண்டு அச்சத்தில், மறு பரிசீலணையில் இருக்கிறார்களா?" ஏளனமாகப் பேசி, நகைக்க, ஆங்கிலேயர் படை சிரித்து நகைத்தது!

ஆங்கிலேயர்களுடன் கூட்டுச் சேர்ந்த எட்டைய புரத்துப் பாளையக்காரனுக்கு வீரபாண்டியனைப் பற்றி நன்கு தெரியும்...அவ்வளவு எளிதில் வீட்டுக் கொடுப்பவனல்ல அவன் என்று!

"பிரபு, நன்றாக எல்லாத் திசைகளிலும் பாருங்கள்; தெற்குத் திசை... அதோ அங்கு பாருங்கள்... அந்த இரு மலைகளுக்கு மேல் உள்ள சவுக்குத் தோப்புக்கு நடுவே பாருங்கள்" என்று அச்சமும், ஆச்சர்யமும் கூடிய பயத்துடன், ஜாக்சன் துரையிடம் சொல்ல,

"பிரபு, இங்கு நடக்கும் போரைக் காண, கட்டபொம்மன் தன் ஊர் மக்களையெல்லாம் அழைத்திருப்பதுப் போல் அல்லவா தெரிகிறது!!", என்று பெருமூச்சுடன் வியப்பில்.. "ஆஹா... கட்டபொம்மன் தன் ஊர் மக்களையே திரட்டி அழைத்து வந்திருக்கிறான்" என்று கூறி வாயடைத்து நின்றான் தூதன்.

இதைக்கேட்ட ஜாக்சன்துறை இரத்தம் கொதித்துச் சூடேறினான், "அவ்வளவு திமிரா அவனுக்கு??... அவ்வளவு துணிச்சலா அவனுக்கு??" என்று மிகுந்த எரிச்சலில் குமுறினான். "நாம் ஏன் இன்னும் தாமதித்துக் கொண்டு இருக்க வேண்டும்? ம்ம்...உடனே போர் தொடங்கட்டும்!" என்று எல்லோரையும் விரட்டத் தொடங்கினான்.

ஆங்கிலேயர் தரப்பிலிருந்து போர்ச் சங்கு முழக்கம் ஒலிக்க, தூரத்தில் அணிவகுத்து இருந்த கட்டபொம்மன் கூடாரத்தில் மெல்லியதாய்ச் சங்கொலி கேட்டது.

கிழக்கே போர் மைதானத்தில் இருந்த ஒரு சிறு மேட்டின் மேல், எட்டுப் பட்டிக்கும் சிறந்து விளங்கும் பாஞ்சாலங்குறிச்சியில், பேரும் புகழுமாய் பவனி வரும் இராஜ குதிரை, பஞ்சகல்யாணி, போர்த் தோரணங்கள் மினுமினுக்க நின்று கொண்டிருந்தது. அதன் அருகில், வேப்ப மரக் குச்சியைப் பல் இடுக்கில் வைத்து அரைத்துக் கொண்டு, தன் ஆஸ்தானக் குதிரை மேல் இடது கையை வைத்துக் கொண்டு,

போர் வீரர்களை நோட்டமிட்டுக் கொண்டிருந்த கட்டபொம்மன் செவிகளுக்கு ஆங்கிலேயரின் போர் எச்சரிக்கை சங்கொலி கேட்டது.

செவிகளுக்கு அருகே ரீங்காரமிட்டுக் கொண்டிருந்த ஈக்களைத் தட்டி விலக்கிக் கொண்டிருந்த கட்டபொம்மன் செவிகளில், ஆங்கிலேயரின் போருக்கான சங்கொலி கேட்க, ஒலி வந்த திசையை நோக்கி நிதானமாகத் திரும்பினான். இரண்டடிகள் வைத்து முன்னே சென்று, கால்களை வளைத்துப் பின் முதுகை ஒரு முறுக்கு முறுக்க, “ம்ம்ம்...ம்ம்...போர் விளையாட்டுத் தொடங்கும் நேரம் வந்துவிட்டதா...!” என்று நடைபெற இருக்கும் சம்பவங்களை ஆர்வமாக எதிர்பார்ப்பவன் போல், சண்டைக்குத் தயாரானான்.

உடல் சிலிர்க்க, கம்பீர நடையோடு, பஞ்சகல்யாணியின் மீது துள்ளிக் குதித்து ஏறினான் கட்டபொம்மன்.

இடது பக்கம் தளபதியைப் பார்த்துக் கண் சாடை காட்டி, வலது புறம் துரைசிங்கத்தைப் பார்த்துத் தலை அசைக்க, இருவரும் அவரவர் குதிரை மேல் ஏறி அமரவும், பாண்டிய நாட்டு வீரர்கள் அனைவரும் போருக்கான தயார் நிலைக்கு வந்தனர்.

பஞ்சகல்யாணி மீது கம்பிரமாக அமர்ந்து கட்ட பொம்மன், இடது புறத்தே காணப்பட்ட மலைகளைப் பார்க்கிறான்; புன்னகைக்கிறான்; பார்க்கப் பார்க்க பெருமிதம், கர்வ மகிழ்ச்சி. பெருமிதத்தில் மீசையை முறுக்கிக் கொண்டே புன்னகைத்தான்.

வேப்ப மரங்களுக்கும், தென்னை மரங்களுக்கும் நடுவே, கூட்டம் கூட்டமாய் மக்கள் திரண்டு காணப்பட்டதைப் பார்த்தான்; சிறுவர் முதல், முதியவர் வரை அனைவரும், நாதஸ்வரம்,

பிகில் மற்றும் பல மேள தாளத்துடன், ஏதோ திருவிழாவிற்குச் செல்வதுபோல், பாட்டும், கூத்தும், கும்மாளமுமாய், ஆர்வத்தோடு திரண்டு குவிந்திருந்தனர்!

தன் மக்களின் நம்பிக்கையையும், ஆர்வத்தையும் கண்டு பூரித்துப் போன கட்டபொம்மனுக்குத் தெரியும் இந்தத் தருணத்தில் உற்சாகத்தை விட நிதானம் முக்கியம் என்று.

இந்தப் போர் பொருட்காட்சி மிகவும் முக்கியமான சரித்திரம் வாய்ந்த நிகழ்வு என்பதை உணர்ந்து, தளபதியையும் தமையன்மார்களையும் அருகே கூட்டுச் சேர்த்து, "ஒரு சொட்டு இரத்தம் ..." கட்டபொம்மன் அழுத்தமாகச் சொல்ல ஆரம்பிக்க... "நம் வீரர்களின் ஒரு சொட்டுக் குருதி கூட இன்று மண்ணில் விழக் கூடாது" என்று அழுத்தமாக, உரத்த குரலில் பதிவு செய்தான்.

மெய் சிலிர்த்துப் போன துரைசிங்கமும், வெள்ளையத்தேவனும் கண்ணசைத்து, ஒரு சேர சங்கு, ஒலி எழுப்பி, முழக்கமிட்டனர்.

ஆனால், இந்தச் சங்கு முழக்கம் போர் ஆரம்பிப்பதற்கு அல்லாமல், யாரையோ, எதையோ, கூப்பிடுவதுப் போல் தோன்றியது.

சில நொடிகளில், அடி பூமி அதிரத் தொடங்கியது.

"திமு திமு" என்ற நிலநடுக்கம், உச்சி மண்டையில் யாரோ அம்மிக்கல் வைத்துக் குத்துவது போல் அடித்த அபாரச் சத்தம்.

எந்த திசையிலிருந்து வருகிறது என்று புலப்படவில்லை! ஆனால் வெகு வெகுவென அருகே வருவதை உணர்ந்தனர்.

ஆங்கிலேயர் படையினர் கண் எதிரில் நிலம் நடுங்கியதைக் கண்டு பதறி அடித்தனர்.

குதிரைகள் பயத்தில் சிதறி ஓடத் தொடங்கின. சற்று நேரத்திற்கு ஒரு மண்ணும் புலப்படவில்லை. இதுவரை போருக்குத் தயாராகிக் கொண்டிருந்த ஆங்கிலேயர் படை மத்தியில் திகைப்பும், படபடப்பும்!

வெள்ளையத்தேவன் சங்கு முழங்கி முடிக்க, மேற்கே இருந்த கற்பூர மரக் காடுகளுக்கு நடுவே இருந்து, பலத்த ஆக்ரோஷத்துடன், அலை அலையாய், தேன் கூட்டை விட்டு வரும் ஆயிரக்கணக்கான வண்டுகள் போல், யானைகள்... போர் யானைகள், கட்டபொம்மனின் களத்தில் இறங்கின. யானைகள் அனைத்தும் அலங்காரப் போர்த் தோரணைகளுடன், கம்பீரமாக, பாண்டிய நாட்டுக் கொடி அணிந்து மின்னிக் கொண்டிருந்தன.

ஒரு புறம் பஞ்சகல்யாணி மீது கம்பீரமாக கட்டபொம்மன் அமர்ந்திருக்க, காலாட்படை, குதிரை, யானைப் படைகள் அனைத்தும் களத்தில் தயாராக இருக்க, மறுபுறம் பாண்டிய நாட்டு மக்கள் அனைவரும் மேள தாளத்துடன் போரைக் காண ஆர்வமாக இருக்க, வடக்கே ஆங்கிலேயர் - "என்ன நடக்குது இங்கே!" என்ற அதிர்ச்சியில் நிலை குலைந்து இருந்தனர்.

இதுவே நல்ல தருணம், இந்தக் காட்சி அமைப்பு, இந்தக் கனவுக்குத்தானே இத்தனை நாள் காத்துக் கொண்டிருந்தேன் என்ற பெருமிதப் புன்னகையோடு, தன் இராஜ சங்கை எடுத்தான். இதனை ஒட்டி தளபதியும், தம்பிகளும் தங்களின் சங்குகளை எடுக்க, பாண்டிய நாட்டுப் படை அனைத்தும் சங்கை முழங்கத் தயாராகின.

அந்தச் சில நொடிக்குள், ஆங்கிலப் படைகளின் படபடப்பு அம்பலமானது, ஆங்கிலேயர் கண்களில் பயத்தைக் காண முடிந்தது, ஜாக்சன் துறையின் கண்களில் திகைப்பு, ஜாக்சன் துறையின் நரம்புகளில் சீறிப்பாய்ந்த நடுக்கத்தை உணர முடிந்தது.

இதுவே தருணம்! இதுவே தருணம்! இதுவே என் கனவு மெய்ப்படும் நேரம்!

“வீ...ரவேல் வீ...ரவேல் வெற்றிவேல்...” என்று தொண்டை கிழியக் கூவித், தன் சங்கை முழக்க, தளபதி, தமையன், வீரர்கள், குதிரைப் படை, மற்றும் யானைப் படை அனைத்தும் சங்கை ஒரே சமயத்தில் முழக்க,நிலம் அதிர்ந்தது, புழுதிப் புயல் அடித்தது.

போர்..

போர்.. தொடங்கியது!

மற்றவை அனைத்தும் சில்லறை விவகாரமே!

போரின் போது ஊர் மக்கள் அனைவரும், ஆடிப்பாடிக் கொண்டாடினர். போர் நடக்குதே, ஊருக்காக களத்தில் போரிடும் வீரர்களின் நிலை என்ன ஆகுமோ என்ற அச்சம், பதற்றம் மக்களிடையே இல்லை.

ஏதோ கபடி விளையாட்டையோ, ஜல்லிக்கட்டு மைதானத்திற்கு வந்ததுபோல் மக்கள் அனைவரும் மேள தாளத்துடன், போரைப் பொருட்காட்சியாகக் கண்டு களித்தனர். அதாவது பாண்டிய நாட்டுப் படை ஆங்கிலேயரை துவம்சம் செய்யும் அற்புதக் காட்சியைக் கண்டு களித்துக் கொண்டிருந்தனர்.

பாண்டிய மக்களின் வலிமை, ஆற்றல், சக்தி, கம்பீரம் விண்ணை முட்டிச்செல்ல மக்கள் அனைவரும் சந்தோசத்தில் மூழ்கியது

மட்டுமல்லாமல், தங்களை வெல்ல யாரும் இல்லை என்ற பெருமிதக் களிப்பில் கொண்டாடி மகிழ்ந்தனர்.

இந்த தைரியம், தன்னம்பிக்கை, இந்த சுயமரியாதை, இந்தத் தற்பெருமை, இந்தப் பெருமிதக் களிப்பை மேலும் மேலும் தன் மக்களிடையே உறுதிப்படுத்தவே இந்தப் போர் பொருட்காட்சி வியூகத்தை சிந்தித்தான், கனவு கண்டான், செயலாக்கிக் காண்பித்தான் கட்டபொம்மன்.

இந்த அசைக்க முடியா கர்வத்தை மக்களிடையே அச்சடித்ததில் பெரும் திருப்தி அடைந்தான்.

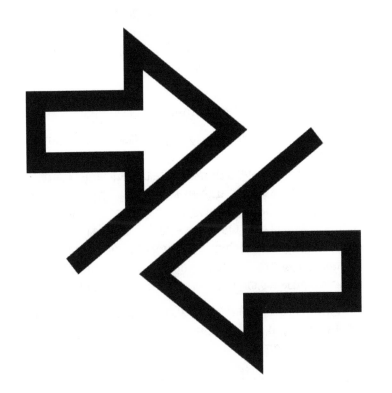

மருவு

கதவுகள் புயலடித்தாற்ப் போல் பளீரென்று வேகமாகத் திறந்தன; அரசவைக்குள் கட்டபொம்மன் மின்னல் வேகத்தில் நுழைய, சபையோர் படபடவென்று எழுந்து நின்றனர்!

தலை குனிந்தவாறு, அரசவைத் தூண் ஒன்றில் கையைச் சாய்த்த வண்ணம் நின்ற வீர பாண்டிய கட்டபொம்மனின் கைகளில் வெட்டுத் தழும்புகளும், இரத்தக் காயங்களும் தென்பட்டன.

கட்டபொம்மன் முகத்தில் என்றும் காணா வெறித்தனம், ஆக்ரோஷமும், தென்பட்டன.

"அரசே ஏன் இந்தப் பதற்றம்.. கோபம்? போரில் வென்றதாகவல்லவா செய்தி வந்தது?!!" என்று அமைச்சர் தனாவதிப் பிள்ளை கேட்க "வெற்றி வாகை சூடிய வீரர்களை உற்சாகத்துடன் வரவேற்கும் ஏற்பாடுகள் செய்திருந்தோம், அதை வேண்டாம் என்று தாங்கள் சொன்னதாகச் செய்தி கேட்டு ஓடி வந்தேன்" என்று பதற்றத்துடன் சொல்லிக் கொண்டிருக்கும் பொழுது, துரைசிங்கமும், வெள்ளையத்தேவனும் சபைக்குள் நுழைந்தனர்.

அவர்களும், மன்னரைப்போல் ஆக்ரோஷத்துடன், எரிச்சலுடனும், மன வருத்தத்துடனும் காணப்பட்டனர்

அங்கே நிசப்தம். மௌனம்…

பல நிமிடங்களுக்கு அமைதி!…

"கிடு கிடு" வென, முறையாகக் கூப்பிடாமலேயே அரசவை கூடியது.

கூடிய அமைச்சர்களுக்கு விவரம் புலப்படவில்லை.

நிசப்தம். மௌனம். பல நிமிடங்களுக்கு நீடித்துக் கொண்டிருந்தது.

கட்டபொம்மன் மெதுவாக அரச சபையைச் சுற்றி நடக்கத் தொடங்கினான்.

கைகளைப் பிசைந்து கொண்டும், தலையைச் சொறிந்து கொண்டும், ஆழ்ந்த சிந்தனையில் நடந்தான்.

நெடிய மௌனத்துக்குப் பிறகு கட்டபொம்மன் மெதுவாக "இது எவ்வாறு நடந்தது" என்று மெதுவாகக் கேட்டு விட்டு மீண்டும் மௌனத்தில் ஆழ்தான்.

"துரோகிகள், முதுகெலும்பு இல்லாத துரோகிகள்" என்று துரைசிங்கம் குமுற, வெறியோடு தூண் ஒன்றை எட்டி அடிக்க, மீண்டும் மௌனம்.

ஜல்லிக்கட்டுக்காளைமாடுகள்சீறிமைதானத்தில் ஓடுவதற்கு முன்பு விலங்கிட்டு இருக்கும்போது மூச்சு இரைப்பதுபோல் - அரசவையில் இருந்த முக்கியத் தலைவர்கள் மூவரும் தன் நெஞ்சில் கொட்டிக் கிடந்த ஆக்கிரோசத்தைப் பலத்த பெருமூச்சுகளின் வாயிலாக வெளியிட்டனர்.

"இது எவ்வாறு நடந்தது?" என்று கட்டபொம்மன் மீண்டும் மீண்டும் குமுற கட்டபொம்மனிடம் இருந்து வீசிய ஆக்ரோஷ அனல் அலை, சபையில் இருந்தோருக்குள்ளும் வீசத்தொடங்கியது!

சபையில் மீண்டும் மௌனம்...

நிசப்த மௌனம்...

"இது எவ்வாறு நடந்தது" என்று கட்டபொம்மன் மீண்டும் ஆரம்பிக்க... "நேற்று வரை வெறும் வேடிக்கையாக எண்ணி இருந்த ஆங்கிலேயர்கள், கண் காணா இடத்தில் இருந்தவர்கள், இன்று நம்மை எட்டித் தொடுகின்ற தூரத்தில் வந்துவிட்டனர்" என்று சொல்ல அரச சபைக்கு மெதுவாக நிலவரம் புரியத் தொடங்கியது.

“பாண்டிய நாட்டு வீரர்களைக் கீரிப் பார்கும் அளவுக்கு கொழுப்பு ஏறி விட்டது... எப்படி... எப்படி..?” என்று கட்டபொம்மன் பொங்கி வரும் சினத்தை அடக்க முடியாமல் ஒரு கணம் குமுற மறு கணம் அரசன் என்ற கண்ணியத்திற்காக பொங்கி வரும் குருதிக் கொதிப்பை அடக்கிய வண்ணம் யோசிக்கவும் தொடங்கினான்.

“ஆற்காடு நவாப் நம்மை ஏமாற்றி விட்டார் அரசே..” என்று ஒரு புறம் குரல்கள்..

“பாளையக்காரர்கள் எல்லாம் முதுகெலும்பு இல்லாதவர்கள் அரசே..” என்று மறுபுறம் கூச்சல்கள்

கட்டபொம்மனுக்கு இந்தக் கூற்றுகள் கணக்கிற்குள் அடங்கவில்லை; நிலவரத்தின் ஆழத்துடன் அவற்றை ஒப்பிட முடியவில்லை.

மௌனம்.. ஆழ்ந்த சிந்தனை ... மீண்டும்!

ஆடி மாதப் போர் பொருட்காட்சியில், ஆங்கிலேயரை துவம்சம் செய்து, மாபெரும் வெற்றி பெற்ற பாஞ்சாலங்குறிச்சி ஒரே மாதத்தில், ஆவணி மாதம் நடந்த போரில், சில பின்னடைவுகளை, கீறல்களை சந்தித்தன. இந்த முறை ஆங்கிலேயர்கள், தனது தவறுகளைச் சற்று சரிசெய்தபடி, சதி திட்டங்கள் தீட்டித் தொடங்கிவிட்டனர். இந்த முறை மற்ற பல குரு இராஜ்ய பாளையக்காரர்களுடன் ஒன்று கூடிப் போர் புரிந்தனர். “பிரித்து வெல்க” என்ற யுக்தியை மெதுவாக கையாள தொடங்கினர். இந்த முறை ஆங்கிலேயர் படை மட்டும் தனியாக போரிடவில்லை. சில பாளையக்காரர்கள் அரசர்களுடன் கை கோர்த்து, அவர்களின் படைகளும் காலத்தில் பாஞ்சாலங்குறிச்சிக்கு எதிர்த்துப் போரிட்டனர். போரில் கட்டபொம்மன் வென்று இருந்தாலும், இந்த முறை அபார

வெற்றி இல்லை. இந்த சூழ்நிலை மாற்றம், இந்த மாற்றத்தின் பொருள், எதிரொலி, அழுத்தம் அலசப்பட வேண்டியவையே.

"பாளையக்காரர்கள் ஆங்கிலேயர்களுடன் நட்புக் கொண்டதற்கு நாமும் தானே காரணம்." என்று தளபதி வெள்ளையத்தேவன் மெதுவாக, ஆனால் அழுத்தமாகச் சொல்ல, சபையில் இருந்த அனைவரும் திகைத்துப் போய் விழித்தனர்.

என்னடா இது, தளபதியார் இப்படிச் சொல்கிறாரே என்று அரசவை முழுவதும் ஒரே சலசலப்பு.

"தளபதியாரே, பாளையக்காரர்கள் பெண் ஆசைக்கும், மது போதைக்கும் வெள்ளையனிடம் அடிமையாகி விட்டனர். அதை மறந்து விடாதீர்..."

"பாளையக்காரர்கள் சுய மரியாதையை அடகு வைத்து விட்டனர்."

"முதுகெலும்பும், முறுக்கு மீசையும் இல்லாத கோழைகள்.." என்று ஆவேசப்பட்டு மந்திரிகள் கூச்சலிட, கட்டபொம்மன், குறு குறுவென தளபதியை முறைத்துப் பார்த்துக் கொண்டே அசராமல் வெள்ளையத்தேவன் சொன்னதை ஜீரணித்துக் கொண்டிருந்தான்.

அரசபையில் சலசலப்பும் கூச்சலும் குறைவது போல் தெரியவில்லை. எல்லை மீறிப் போவதற்குள், கட்டபொம்மன் தளபதியை நோக்கிச் சென்றான். தளபதி அருகில் வந்து - "சொல்வதன் கூற்று என்ன?" என்று திண்ணமான குரலில் கேட்டான்.

வெள்ளையத்தேவன், ஒரு நிமிடம் மன்னனைக் கூர்மையாகப் பார்த்து, மன்னன் கவனத்தை ஊர்சிதப்படுத்திவிட்டு, "அரசே, தாங்களே நிதானமாக யோசித்துப் பாருங்கள்..." என்று தளபதி தன்

71

உரையை ஆரம்பித்தார், "ஆம், பாளையக்காரர்கள் குடி போதையில் பல தவறுகள் செய்துவிட்டனர்… ஆம் மதி கெட்டு, வெள்ளைத் தோல் பெண்களுக்கு தங்கக் காசு மாலைகளை இறைத்து விட்டனர்… ஆம் மோகத்தில் சுய மரியாதையை கைவிட்டனர்.. இந்த அனைத்துக் கூற்றுகளை, குற்றச்சாட்டுகளை ஆமோதிக்கிறேன்!"

"தவறு.. தவறு… தவறு தான்.." என்று வெள்ளையத்தேவன் தலை குனிந்து, தன் இடுப்பு உரையில் இருக்கும் போர் வாளைப் பிடித்துக் கொண்டு, குமுறும் தன் சினத்தை அடக்கினான்.

"ஆனால்.." தலை நிமிர்த்தி, கட்டபொம்மனின் கண்களுக்கு நேராகப் பார்த்து, "இதற்காக மட்டுமே, பாளையக்காரர்கள் தங்கள் தன்மானத்தை மட்டுமல்லாது,தங்கள் அதிகாரத்தையும், தங்களது நாட்டையும் ஆங்கிலேயனுக்கு அடகு வைத்தார்கள் என்று நினைத்தால் யார் மதி கெட்டவர்கள் என்று எனக்கு விளங்கவில்லை!"

இப்போது அனைத்துச் சபையினரும் கூர்ந்து கவனிக்கத் தொடங்கினர். சபையினரின் கவனத்தை ஈர்க்க சில நிமிடங்கள் சபையைச் சுற்றிப்பார்த்து, வெள்ளையத்தேவன் தொடர்ந்தான்…

"நாம் ஒன்றும் அவர்களுடன் நட்புக் கொஞ்சி உறவாடவில்லையே…"

"அவர்கள், நம் பாஞ்சாலங்குறிச்சியைப் போல் முப்படைகளிலும் பலம் வாய்ந்தவர்கள் இல்லை! இது நிதர்சன உண்மை!"

"நம் நாட்டைக் கண்டு, நம் படை பலத்தைக் கண்டு அஞ்சி எட்டி இருப்பவர்கள் அல்லவா அவர்கள்?! "

"ஆனால் ஒவ்வொருவரும் வெவ்வேறு கோணத்தில் மிகுந்த பலம் வாய்ந்தவர்கள்"

"எட்டப்பன் குட்டப்பனாக இருக்கலாம் ஆனால், எட்டப்பன் குதிரைகள் புயலெனப் பாய்ந்து ஓடுவதை யாராலும் ரசிக்காமல் இருக்க முடியாது!"

"இவ்வாறு இருக்கையில், வெள்ளையனிடம் நட்பு நாட... தஞ்சம் புக... அவசியம் என்ன என்பதை ஆராய வேண்டும்" என்று சபை அதிர, உரக்கச் சொல்ல, மந்திரிகள் அனைவரும் குழப்பத்தில், எரிச்சலில் இருப்பதை உணர்ந்தான்.

"ஆங்கிலேயன் மடையன், திமிர் பிடித்தவன், மூர்க்கன் என்று எண்ணும் நாம்...நாம் எவ்வளவு புத்திசாலிகள் என்று எனக்கு தெரியவில்லை.." என்று அவையோரைச் சுருக்கென்று சீண்டுவதைப்போல் கூற, சபை வெடித்தது.

"தளபதி தலைக்கனத்தில் தரக்குறைவாக வாக்குவாதம் செய்கிறார்"

"திமிர் பிடித்துத் திரிகிறார் தளபதியார்"

"அரசே, தாங்கள் அளிக்கும் இடத்தில் தான் வெள்ளையத்தேவன் அரசவையை அவமதிக்கிறார்.."

என்று பல்வேறு கூச்சல்கள், குமுறல்கள், அரசவைக்குள்.

கட்டபொம்மனும், துரைசிங்கமும், ஊமைத்துரையும் தளபதியின் கூற்றில் சற்று கர்வம் கசிந்து இருந்தாலும், சினம் கொள்ளவில்லை.

தளபதியை விட பாஞ்சாலங்குறிச்சி மீது அபாரப் பற்றும், அக்கறையும் கொண்டவர் யாரும் இல்லை என்பதை நன்கு அறிவர்.

சில நொடிகளில், கட்டபொம்மன் சடக்கென்று கையை உயர்த்தி அனைவரையும் அமைதி காக்கும்படி கையை அசைத்தார்.

"தளபதியாரே விளக்கம் தேவை..!"

தளபதியும் உடனே - "பயம்..."

"மரண பயம்..."

"மரண பயம்... மரணத்தை அஞ்சி சிவனடி சேர்ந்தாற்ப் போல்... பாளையக்காரர்கள் வெள்ளையனிடம் தஞ்சம் அடைந்தனர்"

"என்னதான் குறை கண்டீர்களே ஆனாலும், அவர்கள் நம்மை விட வித்தியாசமானவர்கள் இல்லையே..." என்று வெள்ளையத்தேவன் பாளையக்காரர்களின் கண்ணோட்டத்தில் இருந்து பார்க்கும்படி அனைவரையும் வலியுறுத்தினான்

"நம்மைப் போல், தன் குடும்பத்தினருடன் மிகுந்த பாசம் கொண்டவர்கள்; நம்மைப் போல் தம் மக்களுடன், மக்களின் நலனில் மிகுந்த அக்கறை கொண்டவர்கள்"

"அவ்வாறு இருக்கையில், தன் குஞ்சுகளுக்கு ஆபத்து வந்தால், சிட்டுக் குருவி கூட ஜடாயு போல் சீறிப் பாயும், பாளையக்கார அரசன் பாய மாட்டானா என்ன?"

மந்திரிகள் அனைவரும், கூர்ந்து கவனித்துக் கொண்டு இருந்தனர்.

"முப்படை பலமும் இல்லாத அரசன் தன் மக்களின் நலனுக்காக, பலமான ராஜ்யத்துடன் நட்புக் கொள்வது புதியது ஒன்றும் இல்லையே.." என்று வினவினான் வெள்ளையத்தேவன் அவையோரைச் சுற்றிச் சுற்றிப் பார்த்த வண்ணம்

"இதற்கு நாமும் விதிவிலக்கு அல்லவே!."

"நாம் ஆற்காடு நவாபுடன் நல் உறவு கொண்டுள்ளோம். ஏன்? அவன் என்ன நமக்கு மாமனா? மச்சானா? அவன் நம்மைவிட படை பலம் மிகுந்தவன். நட்புக் கொண்டு, நமக்குப் பக்கபலம் ஆக்கிக் கொண்டோம்"

"ஆங்கிலேயன் வருவதற்கு முன், இங்குள்ள பாளையக்கார மக்களுக்கு எதிரி யார்?. இங்கே உள்ள அத்துணை அரசர்களுக்கும் எதிரி யார்?" என்று கேட்டபடி சபையோரைச் சுற்றி சுற்றி பார்க்கையில், மந்திரிகள் குழப்பத்தில் சிந்திப்பதைக் கண்டான்.

"அவரவர்... அவரவர்.."

"நாமே... நமக்கு நாமே தான் எதிரிகள்..."

"அவரவர்... அனைவரும்... எல்லோரும் அவரவர் எதிரிகள்!"

என்று தன் இரு கைகளையும் அகன்று விரித்த வண்ணம் பறைசாற்ற, சபையினர் அனைவரும் தன் கூற்றை உள்வாங்கச் சில நொடிகள் அவகாசம் கொடுத்தான் வெள்ளையத்தேவன்.

மீண்டும் ஒருமுறை -

"அவரவர்... எல்லோரும் எல்லோருக்கும் எதிரிகள்!"

"இவ்வாறு இருக்கையில், சர்ச்சை, பாளையக்காரர்கள் ஏன் வெள்ளையனிடம் கை சேர்த்தார்கள் என்பதில்லை, முப்படை பலமும் இல்லாத அரசன் தன் நாட்டு மக்களின் நலனுக்காக, தன் வம்சம் செழிப்பதற்காக ஏன் ஆங்கிலேயனிடம் நட்புக் கொள்ள கூடாது என்பதுதான்!" - என்று அரசவை அதிர முழக்கமிட்டுச் சொன்னான் வெள்ளையத்தேவன்.

"இந்தச் சக்கர வியூகத்தில், நாமும், மற்ற பாளையக்காரர்களும், மற்றும் பல அரசர்களும் ஒருவருக்கொருவர் சண்டையிட்டுக் கொண்டு தீராது, சுற்றிச் சுற்றிச் சுழன்று கொண்டிருக்கும் வேளையில், ஆங்கிலேயன் வெள்ளைக் குதிரையில் ஒளிவிடும் இரட்சகன் போல் தென்பட்டான், வேறு கதியின்றி, ஒளிமிக்க ஜோதியுடன் கலந்துக் கொண்டனர் "என்று தன் முழக்கத்தை அழுத்தமாக உரைத்தான் வெள்ளையத்தேவன்.

"தீப்பந்தத்தை வண்டுகள் மொய்ப்பது போல், ஆங்கிலேயன் தன் எதிர்கால இருள் நீக்க வந்தவன் என்று எண்ணிப் பாளையக்காரர்களும், மற்ற அரசர்களும் தஞ்சம் அடைந்தனர்..... கடைசியில் தீப்பந்தம் வண்டுகளைச் சுட்டெரித்துக் கபாலத்தையே விழுங்கிவிடும் என்ற நிதர்சன உண்மை தெரியாமல் போய்விட்டது பேதைகளுக்கு!"

"இந்த இக்கட்டான தருணத்தில், இந்த ஜிகர்தண்டா வியூகத்தில், கோமாளி யார் புத்திசாலி யார் என்று எனக்கு புலப்படவில்லை" என்று அழுத்தமாகச் சொல்லி தன் உரையை முடித்தான் வெள்ளையத்தேவன்.

சபையில் சலசலப்பு...கோபத்தில் அல்ல. குழப்பத்தில்!

தளபதியின் கூற்று நேர்த்தியாகவும், உண்மையாகவும் தென்பட்டது.

ஆனால் சொன்ன கூற்றை ஒப்புக் கொள்ளவும் முடியவில்லை.

அதே சமயத்தில் துரைசிங்கமோ குழப்பத்தில், ஊமைத்துரையோ ஆழ்ந்த சிந்தனையில், மூழ்கிவிட்டு அமைதியாக அமர்ந்து இருந்தனர்.

அதெல்லாம் பொருட்படுத்தாது, தான் சொன்ன கூற்று, முக்கியமாக ஒருவர் செவிக்கு மட்டும் எட்டியதா என கட்டபொம்மனைச் சந்தேகம் கலந்த நம்பிக்கையோடு நோக்கி ஆர்வமாகப் பார்க்க, வெள்ளையத்தேவனை நேராகக் காண முடியாமல், தளபதி சொன்ன கூற்றை மறுக்கவும் முடியாமல், ஆமோதிக்கவும் முடியாமல் எரிச்சலில், குமுறலில், ஆக்ரோஷத்தை வெளிக் காட்டாமல் அடக்கிக் கொண்டிருந்தான் கட்டபொம்மன்.

நிகழ்வதை நம்ப முடியவில்லை! இந்நிலை வந்தடைந்த சூழல்களை எண்ணிப்பார்க்க, அலசிப்பார்க்க இது தருணம் இல்லை, ஆனால் நம்பவும் முடியவில்லை, உண்மையை மறுக்கவும் முடியவில்லை.

கட்டபொம்மன் மனதில் சூறாவளி எதிரொலிகள் அவனைத் திக்குமுக்காடச் செய்து கொண்டிருந்தன..

பாஞ்சாலங்குறிச்சிக்கு இழுக்கா? அவமானமா? இல்லை அரசன் எனக்குத் தலை குனிவா? என்ற குழப்பங்கள் தாண்டவம் ஆடிக் கொண்டிருந்தன.

நிகழ்வதை நம்ப முடியவில்லை, நிகழ்வின் அழுத்தத்தை மறுக்கவும் முடியவில்லை.

மார்க்கம் தெரியாமல் தன் வாளை இறுக்கிப் பிடித்துக் கொண்டிருந்த கட்டபொம்மன், சட்டென்று அரசவையை விட்டு வெளியேறினான்...ஒரு வார்த்தை கூட உதிர்க்காமல்!

குலேபகாவலி

பாஞ்சாலங்குறிச்சியில் இந்தக் குமுறல் என்றால், அங்கு வெள்ளைக்காரன் கோட்டையிலோ ஆவேசக் கூச்சல்.

போர்த் தளபதி ஜெனரல் ஆலன் துரை கட்டபொம்மனின் வாள் வீச்சுக்கு ஆங்கிலேயர் படைகளை இரையாக்கி விட்டார் என்ற செய்தி காட்டுத் தீ போல் ஆங்கிலேயர் வட்டாரத்தில் பரவியது.

ஒருமுறை அல்ல, இருமுறை அல்ல, இந்தத் தோல்வி மூன்றாவது முறை.

மிகுந்த படை பலத்தைக் கொண்டு சென்றும், கட்டபொம்மனின் வாள் முனையில் மூக்கறுக்கப்பட்டதைப் பெரும் அவமானமாக எண்ணி ஆவேசத்தில் கொதித்துக் கொண்டிருந்தனர்.

இந்த அவமானம் ஆலன் துறைக்கு மட்டும் அல்ல, அதைவிடப் பேர் இழுக்கு, கிழக்கிந்தியக் கம்பெனியின் மாவட்டக் கலெக்டர் ஜாக்சன் துரைக்கும் தான்!

ஜாக்சன் துரை மிக நீண்ட, உயர்ந்த மனிதர். பால் நிற வெள்ளைத் தோல் கொண்டது மட்டுமல்லாமல், மெல்லிய மீசையும், பொன்னிற மஞ்சள் தலை முடியும் கொண்டச் சாட்ஷாத் "ஆங்கிலேயர்".

கட்டபொம்மன் படைக்கு இரையான அவமானத்தில் ஆங்கிலேயன் ஜாக்சன் துறை தன் இரத்தக் கொதிப்பு உச்சத்தில் சிகப்பு மனிதனாகவே மாறி விட்டான்!

குருதி கொதித்ததில் மீசையைச் சுட்டெரித்தது கோபம்!

சுட்டெரிந்த மீசையுடன் சதித் திட்டம் தீட்டத் தொடங்கினான்.

"அவமானம், அசிங்கம், கிழக்கிந்தியக் கம்பெனிக்கு அவமானம்..." என்று கையுறைகள் அணிந்த கைகளைப் பிசைந்து கொண்டு அங்கும் இங்கும் நடந்து கொண்டே "பிரிட்டிஷ் ராஜ்ஜியத்திற்கே அவமானம்.." என்று ஜாக்சன் துரை குமுறிக் கதறுவது கூடாரத்தில் உள்ள அனைவரின் காதுகளையும் கிழித்தது.

"பாடம் கற்பிக்க வேண்டும்... நம்மைக் கண்டு அஞ்சி அலறும்படி நல்ல பாடம் கற்பிக்க வேண்டும்" என்று மூச்சிரைத்துக்கொண்டே சிந்திக்கத் தொடங்கினான்.

கைகளைப் பிசைந்து கொண்டு நடந்தவன் சட்டென்று அருகில் இருந்த தூண் ஒன்றை அறைந்தபடி "அவன் சுதந்திரமாக நடக்கும் ஒவ்வொரு நாளும், ஒவ்வொரு நொடியும் எனக்கு அசிங்கம்" என்று சீரிப் பாய்ந்தான் ஜாக்சன்.

குமுறலில், ஆவேசத்தில் சற்றே தனித்து ஒதுங்கினான்...

திட்டம் தீட்டத் தொடங்கினான் ஜாக்சன்...

"ஆலன், நாம் அவனை சிறை பிடித்தாக வேண்டும்!"

"போரிலோ இல்லை சதியிலோ.." தளபதி ஆலனைப் பார்த்த வண்ணம் ஜாக்சன் கூற, ஆலன் துரையும் ஆமோதித்தார்.

"கூட்டாக இருப்பவர்களை எவ்வாறாவது தனித் தனியே பிரிக்க வேண்டும். அப்போதுதான் அவர்களைச் சுலபமாகப் பிடிக்க முடியும்" என்று ஆலன் ஆலோசனை சொல்ல, கோட்டைக்குள் இருந்த அனைவரும் தலையைச் சொறிந்து கொண்டு சிந்தித்தனர்.

சட்டென்று சொடக்கு விட்டான் ஜாக்சன்!

புது யோசனை கிட்டியது.

"கட்டபொம்மனிடம் சமாதானம் பேசலாம் என்று ஓலை அனுப்பலாம்" என்று கூற, ஆலன் துரை முதற்கொண்டு அனைவருக்கும் அதிர்ச்சி.

"சமாதானம் பேச கட்டபொம்மனை நம் கோட்டைக்கு வருமாறு அழைப்பு விடுங்கள்" என்று திருத்திச் சொன்னான் ஜாக்சன் கள்ளச் சிரிப்போடு!

"சமாதானம் பேச, ஆங்கிலேயனுக்கும் பாஞ்சாலங்குறிச்சிக்கும் இருக்கும் நீண்ட சண்டையை பேசித் தீர்த்து ஒரு நல்ல முடிவை எடுக்க, கட்டபொம்மனை நம் கோட்டைக்கு வருமாறு அழைப்பு மடல் அனுப்பலாம்" என்று சொல்லி கூடாரத்தில் உள்ளோரை ஒரு முறை அலசிப் பார்த்தான் ஜாக்சன்.

"அவ்வாறு வரும்போது, அவன் படை இல்லாமல் தனித்து வரவேண்டும் என்ற நிபந்தனை விதிக்க வேண்டும்" என்று தன் கூற்றை, சதியின் முதல் அடியை, விளக்கினான்.

திட்டம் புலப்பட்டது அவையோருக்கு. வியூகம் விளங்கியது கூடியிருந்தவர்களுக்கு!

சமாதானம் பேசத் தனியே வரும் கட்டபொம்மனை சிறைபிடித்து அடக்க வேண்டும் என்பதே அவர்களின் சதித்திட்டம்.

சூழ்ச்சியை விவரமாக சித்தரிக்காமலேயே எல்லோருக்கும் எல்லாம் புலப்பட்டன; குள்ளநரிகள் எல்லாம் ஒரே மாதிரிதானே யோசிக்கும்!

ஆங்கிலேயன் கோட்டைக்குள் அடுத்த நடவடிக்கையைப் பற்றி யோசிக்க ஆரம்பித்துவிட்டனர்.

"இராமநாதபுரம்.." என்று ஆலந்துரை வெடுக்கென்று சொல்ல அனைவரும் அவன் பக்கம் திரும்ப, "நமது இராமநாதபுரம் கோட்டைக்கு வரச் சொல்வோம். அதுவே பாஞ்சாலங்குறிச்சியிலிருந்து வெகு தூரம் மட்டுமல்ல, அங்குள்ள பாளையக்காரர் நமக்கு வேண்டப்பட்டவர். அவசரத்துக்கு உதவுவார்." என்று சூழ்ச்சிக்கு மெருகேற்றினான் ஆலன்.

"ஆம்.. நல்ல யோசனை. அவ்வாறே செய்வோம். இராமநாதபுரம் தான் சரியான இடம்" என்று ஜாக்சனும் மற்றும் அனைவரும் ஆமோதித்தனர்.

அங்கே...

பாஞ்சாலங்குறிச்சி மக்களோ வெற்றிமேல் வெற்றி வந்த பெருமிதத்தோடும், தம்மை இரட்சிக்க அரசன் எப்போதும் இருக்கிறார் என்ற திண்ணமான நம்பிக்கையில், அகன்ற தோள்களோடும், நிமிர்ந்த சிரத்தோடும் மகிழ்ச்சியாக தினசரிக் காரியங்களில் ஈடுபட்டனர்.

இவ்வாறு இருக்க, கட்டபொம்மனோ, வெற்றி வாகை சூடினாலும், நிம்மதி அற்ற நிலையில் திரிந்தான். தளபதி சொன்ன கூற்றுகள் அவன் மனதில் எதிரொலித்துக் கொண்டிருந்தன. ஆங்கிலேயர் போர் தொடுப்பது பற்றியும், போர் தொடுத்ததின் வியூகம் பற்றியும், அதன் மூலக் காரணங்கள் பற்றியும் அலசிக் கொண்டிருந்தான். நிகழ்ந்தவையின் பல கோணங்களை தன் சிந்தையில் தெளிவடைய முயன்றான் கட்டபொம்மன்.

சுமார் பத்து நாட்களுக்குப் பிறகு, ஆங்கிலேயன் அனுப்பிய தூது, சமாதான மடல் அரச சபைக்குக் கிட்டியது.

ஓலையை வாசித்த அமைச்சர் தானாவதிப் பிள்ளைக்கு ஆனந்தப் புன்னகை. செய்தியைக் கேட்ட சில மந்திரிகளுக்கு பெருமூச்சுப் புன்னகை.

“அரசே நம் படை பலத்துக்கு அஞ்சி விட்டனர்” என்று குரல் எழுப்பினர்

“அரசே நம் வீரத்தைக் கண்டு மனம் மாறி விட்டனர். நம்முடன் சமாதானம் பேச அழைத்துள்ளனர்” என்று ஓலை வாசித்த அமைச்சர் தானாவதிப் பிள்ளை சொல்ல, அரச சபையில் சலசலப்பு.

சிலருக்கு, “சர்ச்சை முடிவுக்கு வந்துவிட்டது” என்ற நிம்மதிப் பெருமூச்சு.

சிலருக்கு “இனி போர் இல்லை, வேறு வேலை பார்க்கலாமே” என்ற களிப்பு.

சிலருக்குத் தம் மீசையை முறுக்கிய வண்ணம், பாஞ்சாலங்குறிச்சிப் படை வீரத்தை கண்டு ஆங்கிலேயன் போல் ஒரு மாபெரும் கூட்டம் அஞ்சி விட்டதே என்ற வீரப் புன்னகை.

சிலருக்கு, “ஏதோ ஒன்று இடிக்குதே” என்ற சந்தேகச் சிந்தனை.

இவ்வாறு அரசபையில் பலரும் பல்வேறு கோணத்தில் தங்களுக்குள் உரையாடிக் கொண்டு இருக்க, சிம்மாசனத்தில் அமர்ந்து இருந்த கட்டபொம்மன் “மந்திரியாரே, அந்த ஓலையை மறுபடியும் படிக்க முடியுமா?” என்று வினவினான்.

“இம்முறை, நிறுத்தி, நிதானமாக, உரக்க வாசியுங்கள்” என்று சொன்னபடி, அனைவரையும் அவரவர் இருப்பிடங்களில் அமரும் படியும், காது கொடுத்து கேட்கும்படியும் கையசைத்தான் கட்டபொம்மன்.

"பாஞ்சாலங்குறிச்சி அரசர் பாளையக்காரர் கட்டபொம்மனுக்கு,

வணக்கம்.

ஜார்ஜ் மன்னர் ஆணையை ஏற்று, இந்திய நாட்டில், எங்கள் கிழக்கு இந்தியக் கம்பெனி செம்மையாகப் பல முன்னேற்றங்களை செய்து வருகிறது. ஆற்காடு நவாபு மன்னர் ஒப்புதலும், ஆணையையும் ஏற்று பாஞ்சாலங்குறிச்சி மற்றும் இந்த பாளையக்காரர் சுற்றுவட்டார நிலபரப்புகளையும் குத்தகைக்கு எடுத்து, சட்டம் மற்றும் ஒழுங்கு முறையை நேர்த்தியாகச் செயல்படுத்தி வருகிறோம்.

இவ்வாறு நற்பணி ஆற்றுவதற்கும், மேலும் பல முன்னேற்றங்களைச் செய்வதற்கும் கப்பம் வசூலிப்பது அவசியமாகிறது.

இந்தக் கப்பத்தைப் பல வருடங்களாகத் தங்கள் இராஜ்ஜியம் தராமல் இருப்பது உங்களுக்கு தெரியும். இந்தத் தவறை எடுத்துச் சொல்லியும் தாங்கள் பொருட்படுத்த வில்லை. இதனால் பல முறை நம்மிடையே வாக்குவாதம், மோதல் மற்றும் போர் வரை சென்றுவிட்டோம்.

போர் புரிவதால் யாருக்கு லாபம்?

இந்தச் சிக்கலுக்கு சுமூகமாகத் தீர்வு காணலாமே!

நாம் இந்தச் சர்ச்சைக்குப் பேசித் தீர்வு காண்போம்.

வாரும், எங்கள் இராமநாதபுரம் கோட்டைக்கு!

ஐப்பசி மாதம் 7ம் தேதி வரவேண்டும்.

ஆலோசனை செய்யலாம்.

கப்பம் கட்டுவதற்கான சுலபமான வழிகளைக் கண்டறிவோம்.

அதுவரை எம் படை பாஞ்சாலங்குறிச்சியைச் சீண்டாது; ஒரு அணுவும் அசையாது.

பேச்சுவார்த்தை நடத்த, படைகள் இன்றி, முக்கிய அமைச்சர் கூட்டத்துடன் வர வேண்டும்.

ஆற்காடு நவாபு ஆணையை ஏற்று பாஞ்சாலங்குறிச்சியைக் காக்கும் நாட்டாமை கட்டபொம்மன் அவர்களே, இந்த அழைப்பை ஏற்பீராக!

அழைப்பை ஏற்காவிடில் அடுத்த கட்ட நடவடிக்கைகள், கட்டுப்படுத்த முடியாமல் போய்விடும்!

தங்களின் நல் முடிவை நாடும்.

ஜாக்சன்
கலெக்டர்
கிழக்கிந்தியக் கம்பெனி"

ஓலையை வாசித்து முடித்த தானாவதிப் பிள்ளைக்கு முகத்தின் பொலிவு சற்று மங்கியது.

"சமாதானம் என்ற வார்த்தையே தென்படவில்லையே" என்றுரைத்தார் மெதுவாக!

"சண்டைக்குத் தீர்வு காணவே இந்த ஓலை பிறப்பித்துள்ளார் ஜாக்சன். இதில் என்ன சந்தேகம்" என்று கூறினார் மற்றொரு மந்திரி.

"கப்பம் கட்டுவதற்குப் புதிய வழி சொல்லவே இந்த அழைப்பு. கப்பத்தை முற்றிலும் இரத்து செய்வதற்கு இல்லை." என்று தமையன் ஊமைத்துரை மறுத்துச் சொன்னான்.

சபையினர் ஒவ்வொருவரும் ஒவ்வொரு கருத்தை ஒவ்வொரு கோணங்களில் கூறினர்.

"இராமநாதபுரம் எதற்கு?" என்று கனத்த குரலுடன் வினவினான் தமையன் வீரன் துரைசிங்கம்.

சலசலத்துக் கொண்டிருந்த அரசவை கப்பென்று அமைதியாகி, சொன்ன கூற்றை ஆராய்ந்தது.

விடை ஏதும் புலப்படாமல் சற்று நேரத்தில் பொறுமையை இழந்த அமைச்சர் இராசையா "இந்தக் கேள்வியின் பொருள் என்ன" வென்று கேள்வியை திருப்பித் தொடுத்தார்.

"சமாதானமோ, சுமூகமோ இல்லை தற்காப்புக்குப் புதிய முறையோ. எதுவாக இருப்பினும் இங்கு இருக்கும் ஜாக்சன் துரை இராமநாதபுரத்திற்குச் சென்று நம்மையும் அங்கு வர வைக்க வேண்டிய காரணம் என்ன?" என்று துரைசிங்கம் அழுத்தமாக விளக்கி வினவினான்.

"இதைப் பற்றிப் பேச இங்கு பாஞ்சாலங்குறிச்சியிலோ, இல்லை வெள்ளையனோடு நட்புக் கொண்டிருக்கும் பாளையக்காரர் ஒருவர் இடத்திலோ சந்திக்கலாமே?" என்று துரைசிங்கம் கேட்ட கேள்விக்கு வலு சேர்த்தபடி தன் மேஜையில் திண்ணமாக அமர்ந்த வண்ணம் தளபதி கேட்க, சொன்ன கூற்றை ஜீரணிக்கச் சபையினருக்குச் சில நொடிகள் அவகாசம் கொடுத்தார்கள்.

துரைசிங்கமும் தளபதி வெள்ளையத்தேவனும் செய்கை மொழியில், இருவருக்கும் ஆங்கிலேயனின் வியூகம் புரிந்தாற்போல், ஒருவருக்கு ஒருவர் தலை அசைத்துக் கொண்டனர்.

"நான் மீண்டும் கேட்கிறேன். இராமநாதபுரம் எதற்கு?" என்று ஈட்டியைக் கொண்டு வாளைத்

87

தீட்டுவது போல், குண்டூசியை வாழைப் பழத்திற்குள் மெதுவாகச் செலுத்துவது போல், சபையோரிடம் தன் கூற்றை விளக்க முயன்றான் துரைசிங்கம்.

"சூழ்ச்சி... சதி..." என்று கட்டபொம்மன் சபையின் மௌனத்தை உடைத்தான்.

ஆச்சர்யத்தில் திக்குமுக்காடிய பல மந்திரிகளுக்கு ஒன்றுமே புலப்படவில்லை.

"ஆம் அண்ணா, இது ஏதோ சூழ்ச்சி போன்று தான் தெரிகிறது" என்று ஊமைத்துரையும் ஆமோதித்தான்.

"சமாதான ஓலை அனுப்பி, அரசரைத் தனியாக வரவழைத்து, சிறை பிடிப்பதற்காகவே இராமநாதபுரம் வரச் சொல்கிறார்கள்" என்று திடமாக எடுத்துரைத்தான் துரைசிங்கம்.

"இதை எப்படி அவ்வளவு உறுதியாகக் கூறுகிறீர்கள்"...

"இதை எப்படி அனுமதிப்பது.. இது நடக்கவே கூடாது..!!"

"கூடவே இருந்து கேட்டது போல் சொல்கிறீர்கள்.?"...

என்று பலரும் அரசவையில் கூச்சலிட, அவையோரை எல்லாம் அமைதிப்படுத்த, தளபதி வெள்ளையத்தேவன் தன் மேஜையில் இருந்து எழும்பி -

"அரசவையில் உள்ள ஆன்றோர்களே நன்கு சிந்தித்துப் பாருங்கள், முன்பு ஒரு காலத்தில் சத்ரபதி சிவாஜி அவர்களும் சமாதானம் பேச ஜகாங்கீர் கோட்டைக்கு மேற்கே சென்றார். சென்றவர் சென்றபடியே சிறையில் அடைக்கப்பட்டார்.

சிறையில் இருந்து வெளி வர, பல மாதங்கள் ஆயின. அதற்குள் மராட்டிய இராஜ்ஜியம் பல நகரங்களை இழந்தது, பல்வேறு இழப்புகளைச் சந்தித்தது"

"முகலாய மன்னனுக்கு இந்தத் திட்டம் தீட்டுவதற்கு துணிவு இருந்தால், முகலாய மன்னர்கள் இடமே சூழ்ச்சி புரிந்து, சூழ்ச்சியில் பல நிலங்களைக் கவர்ந்த ஆங்கிலேயனுக்கு இந்தச் சூது கூடவா தெரிந்து இருக்காது?" என்று வினவினான் வெள்ளையத்தேவன்.

"நான் ஜாக்சன் துரையாக இருந்திருந்தால்... நான் இப்படித்தான் செய்திருப்பேன்" என்று திட்டவட்டமாகச் சொல்ல, கட்டபொம்மனும் தளபதியின் கூற்றை ஆமோதிப்பது போல் தலை அசைக்க, அரசவை சற்றே அமைதி அடைந்தது.

"ஆனால் அரசே, இந்தத் தூது ஓலைக்கு என்ன பதில் அளிப்பது?"

"அழைப்புக்கு மறுப்பு தெரிவித்தால் உடனடியாக போர் உறுதி; போருக்காக இல்லாவிடில், சமாதான அழைப்புக்கு மறுப்புத் தெரிவிப்பது - நல்ல முறை என்று எனக்குத் தோன்றவில்லை" - என்றார் தானாவதிப் பிள்ளை, பாஞ்சாலங்குறிச்சியின் பொருளாதார அமைச்சர்.

வேறு வழி.. வேறு யுக்தி ஏதேனும் இருக்கிறதா என்று துலாவிக் கொண்டிருந்த வேளையில்.. "இவ்வாறு செய்தால் என்ன - பேச்சு வார்த்தைகள் நடத்த நம் பாஞ்சாலங்குறிச்சிக்கு வருமாறு அழைப்பு விடுத்தால் என்ன" - என்று தன் யோசனையைச் சொல்லி முடித்தார் தானாவதிப் பிள்ளை.

இதைக் கேட்ட கட்டபொம்மன் தன் சிம்மாசனத்தில் இருந்து எழுந்து, அரசவை நடுவே வந்தான்.

மன்னன் எழ, மற்றவரும் எழுந்து நிற்க, கட்டபொம்மன் - "அமைச்சரே, அழைப்பை ஏற்று இராமநாதபுரத்திற்கு கட்டபொம்மன் வருகை தருவார் என்று பதில் அனுப்புங்கள்" என்றான்.

சிம்மாசனத்தின் படிகளில் இறங்கி வந்து கொண்டே "இந்நாள் வரை ஆங்கிலேயன், அதாவது கிழக்கு இந்தியக் கம்பெனியில் இருந்து ஒரு முறைகூட தூது ஓலை வந்தது இல்லை. செயல் ஆணை, கட்டளைகள் தான் வந்திருக்கிறது. இவ்வாறு இருக்க இந்த அழைப்பின் விளைவு இரண்டில் ஒன்றாகத்தான் இருக்க முடியும் - போர் … இல்லாவிடில் … சமரசம்" என்று சொன்ன வண்ணம் கட்டபொம்மன் இப்போது அரசவை நடுவே அனைவரின் கண்களுக்கும் செவிகளுக்கும் மையம் கொண்டு இருந்தான்.

"அச்சம் என்பது என் மாடப்புறாவின் இறக்கைக்குக் கூட இல்லை…" என்று மீசையை மெதுவாக முறுக்கியபடி அசட்டுச் சிரிப்புச் சிரிக்க - "ஆனால், சமரசத்திற்கு வாய்ப்பு அளிக்காவிடில்… அது தர்மம் ஆகாது" - என்று தன் இரு கைகளை இடுப்பில் விரித்து வைத்தபடி விவாதத்தை முடிக்கிறாரோ என்று எண்ணத் தொடங்கும்போது,

"தளபதியாரே.. நீர் சில தினங்களுக்கு முன் சொன்ன கூற்று என் காதுகளில் இன்னும் எதிரொலிக்கிறது" என்று கட்டபொம்மன் தன் வியூகத்தை சொல்லத் தொடங்கினான்.

"யாம் இதுவரை வெள்ளையனை நேருக்கு நேர் கண்டு உரையாடியது இல்லை.. கலெக்டராம்

ஜாக்சன் துரை... நானும் சென்று பார்த்து வருகிறேன் அவன் என்ன துரை என்று..." வீரச் செருக்கும், அசட்டு சிரிப்பும் சற்றும் குன்றாமல் - "தளபதி சொன்னவாறு அத்துணை புத்திசாலியா என்பதை நான் அறிய வேண்டும்... நான் நேரில் காண வேண்டும்..." என்று கட்டபொம்மன் இப்போது தளபதிக்கு அருகே நின்றபடி தன் மகுடத்தை தளபதி வெள்ளையத்தேவன் அருகாமையில் சாய்த்தபடி, ஓரக் கண்ணில் பார்த்துக் கொண்டே சொல்ல, வெள்ளையத்தேவனும் மெல்லிய முறுக்குச் சிரிப்புச் சிரித்தான்.

"அழைப்பை ஏற்றதாகத் தெரிவியுங்கள் அமைச்சரே... அழைப்பை ஏற்கிறோம்.." என்று கட்டபொம்மன் தீர்மானமாக கூச்சலிட்டான்.

"இராமநாதாபுரம் செல்ல ஏற்பாடுகள் செய்யுங்கள்... இராமனுக்கு அங்கு களங்கத்தைப் போக்க ஒரு நல்ல மார்க்கம் தெரிந்தது போல் நமக்கும் ... எனக்கும் பல விடைகள் புலப்படும் என்று நம்புகிறேன்" என்று தன் தமையன் துரைசிங்கம், ஊமைத்துரையை நோக்கிக் கூறியபடி அரசவையை விட்டு வெளியேறினான் கட்டபொம்மன்.

மாயாவி

ஆ வணி, புரட்டாசி போய் ஐப்பசி வந்தது!

இராமநாதபுரம் நோக்கி யாத்திரை தொடங்கும் நேரமும் வந்தது.

கட்டபொம்மனும் அவனுடைய கூட்டாளிகள் நால்வர் - தளபதி வெள்ளையத்தேவன், தமையன் வீரன் துரைசிங்கம், தமையன் ஊமைத்துரை, மற்றும் அரசவைப் பொருளாளர் தானாவதிப் பிள்ளை - யாத்திரையைத் தொடங்கினர்

சில தினங்கள் ஆயின, இராமநாதபுரமும் வந்தது.

நெடிய பயணம் வந்தவர்கள் களைப்பாயினர்.

நேரமோ மதிய வேளை இரண்டு மணி அளவு இருக்கும், சூரியன் அஸ்தமிப்பதற்கு மூன்று மணிக்கு மேல் மிஞ்சி இருந்தது.

"அண்ணே, வாங்க கொஞ்சம் ஓய்வு எடுத்துட்டு நாளைக் காலை சென்று அவரைப் பார்ப்போம்" என்று ஊமைத்துரை தன் இடுப்பையும், உடம்பையும் வளைத்து முறுக்கெடுத்துக் கொண்டே கட்டபொம்மனைப் பார்த்துச் சொன்னான்.

கட்டபொம்மனும், நல்ல யோசனை போல் இருக்கே என்று களைப்பாறலாம் என்று பஞ்சகல்யாணியை விட்டு இறங்கித் தளபதியை கண்டான். வெள்ளையத்தேவன் களைப்பாய் இருந்தாலும் திண்ணமாகக் குதிரை மேல் அமர்ந்து இருக்க, கட்டபொம்மனுக்குச் செய்தி கிட்டியது.

பெருமூச்சுடன் கட்டபொம்மன் - "சரி... சரி... நாளை இல்லை... ஒரு அரை மணி நேரம் ஓய்வு எடுத்து விட்டு, அதற்குப் பிறகு இன்று மாலையே ஜாக்சனை பார்க்கச் செல்லலாம்" என்று சமாதானம்

94

கூற, தளபதியும், வீரன் துரைசிங்கமும் தன் குதிரையை விட்டு விலகினர்.

"ஏனப்பா, அந்த இளநீரை வெட்டித் தாரும் எல்லோருக்கும்" என்று சொன்னபடி, வேப்ப மர நிழலில் தனக்கே அமைத்த மெத்தை போல் இருந்த புல் மெத்தை மீது கால்களையும், கைகளையும் அகன்று விரித்து மல்லாக்கப் படுத்தான் ஊமைத்துரை

கட்டபொம்மனும் மற்ற கூட்டாளிகளும் வேப்ப மர நிழலில் சற்றே முதுகைச் சாய்த்துக் களைப்பாறினர்.

மெல்லிய தென்றல் வேப்பமர நிழலையும் அருகம் புல் மெத்தையையும் வருடியதில், தற்சமையத்திற்கு இதுவே சொர்க்கமாகத் தென்பட்டது அனைவருக்கும்.

நிழலில், மெல்லிய தென்றலில், களைப்பில் அமர்ந்தவர்கள் சற்றே கண்ணயர்ந்து உறங்கினர்.

தலை சாய்த்த சிறிது நேரத்திலேயே அனைவருக்கும் குறட்டை உறக்கம்.

கட்டபொம்மனும், உச்சி வெயிலில் நெடிய பயணம் வந்த களைப்பில், வேப்பமரக் காற்றில் தன்னை மறந்து கண்ணயர்ந்து உறங்கத் தொடங்கினான்.

கட்டபொம்மனுக்கு அரை மணி நேரம் தூக்கம் என்றாலும், ஆழ்ந்த உறக்கம்.

ஆழ்ந்த உறக்கத்தில் கட்டபொம்மனுக்கு மேல்தட்டு எண்ணங்கள் இல்லை. சலசலப்பும் இல்லை.

ஆழ்ந்த கனவுகள். தீர்க்கமான யோசனைகள்.

நடக்கவிருக்கும் நிகழ்வுகளை அலசி ஆராயும் எதிரொலிகள்.

எதிர்காலத்தைப் பிரதிபலிக்கும் அறிவொளிச் சிந்தனைகள் தன் ஆழ்மனதில், கார் மேகங்களை கிழிக்கும் மின்னல் போல், சட்டு...சட்டு... எனக் காட்சி அளித்தன

“பாளையக்காரர்களை நாம் கைவிட்டு விட்டோம்” என்ற தளபதியின் கூற்று!

“ஆங்கிலேயன் கரையான் அல்ல கழுகு...” என்ற சலசலப்பு

“இதில் யார் புத்திசாலி என்று தெரியவில்லை...” என்ற ஏளனம்

போர்ப் பொருட்காட்சியின்போது பாஞ்சாலங்குறிச்சி மக்கள் ஆனந்தக் களிப்பில் துள்ளிக் குதித்தது கனவை நெகிழ வைத்தது.

“வெற்றிவேல் வீரவேல்”...

“வீரபாண்டிய கட்டபொம்மன் வாழ்க, வாழ்க”...

“வீரவேல் வெற்றிவேல்”...

என்ற ஜாலங்கள் கனவில் எதிரொலித்தன. அந்தச் சில நொடிகளுக்கு, உறக்கத்தின் போது முகத்தில் மெல்லிய புன்னகை.

“வீரபாண்டிய கட்டபொம்மன் வாழ்க வாழ்க..!” என்ற முழக்கங்கள் எதிரொலிப்பதைப் போர்க்களத்தில் ஒரு குன்றின்மேல் நின்றபடி கேட்க்க, பெருமிதத்தில் நெஞ்சை நிமிர்த்தி நின்று தான் இரசிப்பது போல், கனாவில் கண்டான்.

கனவில், அந்தக் காட்சியைக் கண்டு கொண்டே உறைந்து போனான் கட்டபொம்மன். உறைந்து

கொண்டே இருக்க, கனாவின் காட்சி நிலை மாறியது.

அந்த மலைக் குன்றுக்கு அருகே அழகிய ஒரு தெப்பக்குளம் தென்பட்டது. தெள்ளத் தெளிவான தெப்பக்குளத்தின் கரையோரங்களை அழகான பூங்கொத்துகளும், செடிகளும், மலர்க் கொடிகளும், அருகம்புல் மெத்தையும் அலங்கரித்தன.

அலைகளில்லாத் தெப்பக்குளத்தின் பட்டு நீர்ப் பரப்பில் பௌர்ணமி நிலா வட்டம் அழகாக ஜொலித்தது.

கட்டபொம்மனுக்கு நிலா வட்டத்தை ரசிப்பதா இல்லை, பூச்செண்டுகள் வர்ணித்த அலைகளில்லாத் தெப்பக்குளத்தை ரசிப்பதா என்று யோசித்துக் கொண்டிருக்கும் சில வினாடிகளில், பௌர்ணமி நிலா ஜொலிப்பதற்குப் போட்டியாக, தெப்பக்குளத்தின் நடுவே வீற்றிருந்த ஒற்றைச் செந்தாமரை மின்னுவதைக் கண்டான்.

மலர்ந்த செந்தாமரையின் ஒவ்வொரு மலர் இதழும் நிலா ஒளிக்கதிரில் வெள்ளிக் காசோலைகள் போல் மின்னியது. இளந்தென்றலின் மெல்லிய வருடலுக்கு, கரையோரப் பூச்செண்டுகளும், கொடிகளும், தலை அசைத்துக் கொண்டிருந்தன.

குன்றின் மேல் நின்று கொண்டிருந்த கட்டபொம்மனுக்கு ஆர்வம் கலந்த ஆர்ச்சர்யம், குழப்பம்!

இது போர்க்களமா இல்லை தேவலோகமா என்ற ஐயம், கனாவில் குன்றின் மேல் நின்று கொண்டிருந்த கட்டபொம்மனுக்கு ஐயம்.

இங்கு என்ன நடக்கிறது...நான் எங்கு இருக்கிறேன்? என்று கனவிற்குள் இருந்த

கட்டபொம்மன் தன்னைத் தானே கேட்டுக் கொள்ள, வேப்பமரம் அடியில் ஆழ்ந்த உறக்கத்தில் இருந்த நிஜ கட்டபொம்மனின் முகத்தில் - கனவில் வந்த குழப்பத்தின் எதிரொலியாக - கண், புருவங்களில் முறுவல் தென்பட்டது.

மீண்டும் அந்தக் கனாக் காட்சியில் கவனம் செலுத்த முயன்றான்.

மீண்டும் அந்தக் காட்சியில் வரும் குன்றின் மேல் ஊறிப் போனான்.

சட்டென்று கனவில் உறைந்து போன காட்சியின் நிலை மாறியது.

காட்சி ஓவியமாக மாறியது...

நாளுக்கு இரண்டடி ஓவியமாக மாறியது...

நாளுக்கு இரண்டடி ஓவியத்தை அலங்கரித்தது மாணிக்கங்கள் பொருந்திய தங்கச் சட்டகம்.

சூழல் மாறியது..குன்றின் மேல் இருக்கும் கட்டபொம்மன் இப்போது மாணிக்கங்கள் பொருந்திய, நாளுக்கு இரண்டடி தங்கச் சட்டகத்துக்குள், ஓவியமாக, அச்சடிக்கப்பட்டான்.

தங்கச் சட்டகத்தைப் பார்த்து வியந்த கட்டபொம்மன் ஆச்சர்யத்தில் பகீரெனத் தலை உயர்த்திப் பின்வாங்கினான்.

சுற்றிப் பார்த்தால், அடுக்கு அடுக்காக, கணக்கில் அடங்கா எண்ணிக்கையில் நாலுக்கு இரண்டடி ஓவியங்கள் சுவரில் தொங்கிக் கொண்டிருந்தன.

சுவர்களும் ஓவியங்களும் தனக்குப் பழக்கப் பட்ட இடமாகவே தெரிந்தன.

தலை உயர்த்தி விட்டத்துக்கும் மதிலுக்கும் எட்டிப் பார்த்தால் பாஞ்சாலங்குறிச்சி அரண்மனைக் கலைக்கூடத்தில் நின்று இருப்பதை உணர்ந்தான்.

98

கனவா இல்லை மாயையா என்று திகைத்தான்!

கனவா இல்லை மாயையா என்ற எண்ணச் சர்ச்சைக்கு நடுவே, வலதுபுறம் சற்றே கூர்ந்து பார்க்க, தன் தந்தை திக்விஜயன் கம்பீரமாக சிம்மாசனத்தில் வீற்றிருப்பது போல் ஓர் அழகிய ஓவியம் தென்பட்டது.

தந்தையா என்ற சந்தேகத்தைத் தீர்க்க அருகே சென்று சற்றே கவனித்துப் பார்த்தான். கூர்மையான கண்களும், வீர மீசையும் தன் தந்தை திக்விஜயனை அச்சுப் பிசராமல் உருக்கி வைத்திருந்தது - அந்த தங்கச் சட்டகத்தை வருடிய ஓவியம்.

ஓவியத்தைப் பார்த்து நிலை குலைந்தான் கட்டபொம்மன்.

ஓவியத்தைப் பார்த்தபடி சில நொடிகள் உறைந்து போனான்.

தன் தந்தையின் அரவணைப்பையும், நெருக்கத்தையும் எண்ணி, ஏங்கி உருகினான்.

ஆனால் உருகுவதற்கும், நெகிழ்வதற்கும் இது தருணம் அல்ல என்பதை உணர்ந்தபடி, கண் கலங்கிக் கசிந்த கண்ணீர் கண்ணை விட்டுக் கன்னத்தை வருடுவதற்கு முன் கைகளால் துடைத்தபடி சிரம் உயர்த்தினான் கட்டபொம்மன்.

ஓவியங்கள், சுவர்கள், தங்கச் சட்டகம் - மாயக் கனவின் நிலையை ஜீரணிக்க முயன்றான்.

ஓவியங்களின் அணிவகுப்பை மீண்டும் கூர்ந்து கவனித்தான்.

தங்கச் சட்டகத்தின் அணிவகுப்பைக் கண்டு வியந்தான்.

தங்கச் சட்டகங்களுக்குள் இருப்பவர்கள் பழக்கப் பட்டவர்கள் போல் தென்பட்டனர்.

நாலடிக்கு இரண்டடி தங்கச் சட்டகத்தைப் பார்த்தபடி அறையில் நடக்க, ஓவியங்களின் உருவங்கள் புலப்பட்டன.

தன் தமையன் மாவீரன் துரைசிங்கம் தன் வாளின் மேல் கையை அமர்த்திய வண்ணம், இராஜ தோரணத்தில் கம்பீரமாக வயல்வெளியில் நின்ற ஓவியத்தைக் கண்டான்.

துணிச்சலுக்கும் குதிரைப் போருக்கும் பெயர்போன தீரன் சின்னமலையின் திருவுருவத்தை அச்சடித்தது அடுத்த ஓவியம்.

மருதுபாண்டியர் சகோதரர்கள் - பெரியமருது, சின்னமருது - தோளுக்குத் தோள் மீசையை முறுக்கிக் கொண்டு கர்ச்சிப்பதை பிரதிபலித்தது அடுத்த ஓவியம்.

அழகும் வீரமும் ஒன்றுக்கொன்று மிஞ்சிக்கொள்ள, பராசக்தியின் அவதாரமாக வேலு நாச்சியாரின் திவ்ய தரிசனத்தை அச்சடிக்க முயன்றது அடுத்த ஓவியம்.

தளபதிக்கெல்லாம் தளபதி, வீரத்திற்கே முத்திரை, ஆங்கிலேயனைத் திணறவைத்த குயிலியின் திருவுருவம் அதற்கு அடுத்து.

நடக்க, நடக்க, ஓவியங்கள. நாலடிக்கு இரண்டடி, தங்கச் சட்டகம் பதித்த ஓவியங்கள்.

ஓவியங்களில் அச்சடித்த வீரர்கள் அனைவரும் மாவீரர்கள்!

ஒன்று இரண்டல்ல, நூற்றுக்கணக்கானோர் ஓவியமாக உருவெடுத்தனர்.

மாவீரர்கள் எல்லோரும் ஏன் ஓவியமாகிவிட்டனர் என்ற குழப்பம் மனதில் எழத்தொடங்கியது கட்டபொம்மனுக்கு.

இன்று வாழும் மாவீரர்களின் ஓவியங்கள் இங்கு இருக்கிறது என்றால், இது நிகழ் காலமா இல்லை எதிர்காலத்தின் பிரதிபலிப்பா? என்ற ஐயம்

கனவில், மாயைக்குள், மாயக் கனவில், குழப்பத்தில் இமை முறுக்க, வெளியே உறங்கும் கட்டபொம்மனின் கண்ணுருண்டைகளும், புருவங்களும் தத்தளித்தன.

அரண்மனைச் சுவர்களையும், நாலடிக்கு இரண்டடி ஓவியங்களையும் அலசிக் கொண்டிருக்க - “தாணுமா” என்ற ஐயம் உருவெடுத்தது.

உருவெடுத்த ஐயம் முளைக்கும் முன்பே, வலதுபுறம் திரும்பிப் பார்க்க, அரண்மனை நுழைவாயில் எல்லையில் நேருக்கு நேர் தென்பட்டது ஓர் பழக்கப்பட்ட ஓவியக் காட்சி.

மலைக் குன்று...

குன்றின் மேல் வீரன்...

வீரன் நெஞ்சை நிமிர்த்திய படி, தலை நிமிர்ந்து, பெருமிதத்தில் வீரன் நின்றான்.

வீரனின் வலது கை இரத்தம் கசிந்து கொண்டிருக்க, அருகே நின்றிருந்த போர் வாளின் மீது தாங்கி நின்றது.

இந்த வீரன் வேறு யாரும் இல்லை, தானே.. தானே தான் என்பதை உணர்ந்தான்.

சில நொடிகளுக்கு முன் நடந்த நிகழ்வை அச்சடித்தது போல் இருப்பதைக் கண்டு வியந்தான்.

மாயக் கனவு ஆச்சர்யத்தையும், ஆர்வத்தையும் ஊட்டியது. ஆனால் மாயையைக் கண்டு அஞ்சுபவன் அல்ல வீரபாண்டிய கட்டபொம்மன்.

நாலடிக்கு இரண்டடி சட்டகத்தில் அச்சடித்த ஓவியத்தைப் பார்த்துப் பார்த்து உறைந்து போனான் கட்டபொம்மன். ஓவியத்தை கைகளால் வருட மனம் துடித்தது.

இடது கையால் வெளிச் சட்டகத்தை வருட ஆரம்பித்த கட்டபொம்மன், ஓவியத்தில் நின்ற வீரனை வருட கைகள் செல்ல, ஓவியத்தின் நிலை மாறியது.

கனவின் பின்னணி மாறியது!

கட்டபொம்மன் இனியும் அரண்மனை முற்றத்தில் இல்லை.

கட்டபொம்மன் இப்போது ஓவியத்தின் குன்றின் மேல் இருந்த வீரனே அவனே!

கட்டபொம்மன் இப்போது ஓவியத்தில் இருந்து இடம்பெயர்க்கப் பட்டுப் போர் மைதானத்தில் இருந்த குன்றின் மேல் இருப்பதை பகீரென உணர்ந்தான்.

வருடச் சென்ற இடது கையில் மெல்லிய தென்றல் வீசியதை உணரத் தொடங்கினான்.

சட்டென்று கைகளை விலக்க, அகன்ற கண்களோடும், பெருமூச்சுடன், அங்கும் இங்கும் சுற்றிப் பார்த்தான்.

திக்குமுக்காட வில்லை, நிலைகுலைய வில்லை, ஆனால் மாயையின் ஆச்சர்யத்தில் மூழ்கினான்.

சற்றே இரசிக்கவும் தொடங்கினான்..

சில நொடிகள் ஆயின தன்னைச் சமநிலைப்படுத்த. சமநிலைப்படுத்தி சுற்றிப் பார்த்தான்.

இதுவும் பழக்கப்பட்ட இடமே என்பதை உணர்ந்தான்.

மலைக் குன்றின் ஒருபுறம் "வீரபாண்டிய கட்டபொம்மன் வாழ்க..வாழ்க.." என்ற ஆரவாரம். அந்த மலைக் குன்றுக்கு மறுபுறம், அழகிய தெப்பக்குளம் தென்பட்டது.

அதே அழகிய தெப்பக்குளம்.

அதே மின்னும் அழகிய செந்தாமரை.

கட்டபொம்மன் சிந்தையில் பலவித எண்ணங்கள், கேள்விகள்,

திகைப்பு. ஆர்ச்சர்யம். கலக்கம். ஆர்வம்.

ஆனால் அச்சம் இல்லை என்பதை உள் உணர்ந்தான் கட்டபொம்மன்.

மின்னும் செந்தாமரை தன்னை ஏதோ ஈர்ப்பது போல் எண்ணினான்.

ஓரிரு நிமிடங்கள் சிந்தித்தான், தான் வீற்றிருக்கும் குன்றின், இருபுறமும் திரும்பத் திரும்பப் பார்த்தான்...முடிவெடுத்தான்.

இரத்தம் வடியும் வாளை உறைக்குள் புகுத்திவிட்டு, தெப்பக்குளத்தை நோக்கிச் சென்றான்.

தெப்பக்குளத்தை நோக்கிச் செல்லச் செல்லச், பாஞ்சாலங்குறிச்சி வீரர்களின் ஆரவாரமும், "வீரபாண்டியன் வாழ்க வாழ்க..." என்ற கோஷங்களும் மெதுவாகக் காற்றில் கலைவதை உணர்ந்தான்.

தெப்பக்குளத்தை அலங்கரித்த புள் மெத்தைமேல், குளத்தின் அலைகளில்லா நீர் மட்டத்தை, பட்டுக் கம்பளியை இரசித்த படி நிற்க, நிசப்த அமைதி.

தானும் அமைதியாக நின்றான். அங்கும் இங்கும் திருப்பிப் பார்த்தான், ஏதேனும் இருக்கிறதா, எவரும் இருக்கிறார்களா என்று.

ஏதும் இல்லை. எவரும் இல்லை. நிசப்த அமைதியே!

அந்த அமைதிக்குள் பெரும் போர்.

தன் சிந்தைக்குள் போர்.

மின்னும் செந்தாமரை தன்னை ஈர்ப்பதை உணர்கிறான். அந்த செந்தாமரையை எட்ட ஒரே வழி குளத்தில் இறங்குவதுதான். ஆனால் ஆழம் தெரியாமல் எவ்வாறு இறங்குவது. தான் இருப்பதோ மாயைக்குள். மாயத் தெப்பக்குளத்தில் எவ்வாறு செல்வது என்று பல குழப்பங்கள்.

அறிவுக்கும், ஆசைக்கும், ஆர்வத்திற்கும் இடையில் நடந்து கொண்டிருந்த போர்.

சில நொடிகள் யோசித்தான், என்ன தான் இருக்கிறது என்ற ஆர்வம் கட்டுக்கடங்கவில்லை.

ஒரு கை பார்த்து விடுவோம் என்று தீர்க்கமாக முடிவு எடுத்தான்.

தெப்பக்குளத்தின் அலைகளில்லா பட்டு நீர் கம்பளியைக் கலைக்கப் போகிறோமே என்ற சர்ச்சை சற்றே இருந்தாலும், தன் நோக்கில் கவனம் செலுத்த, ஆழம் தெரியாத தெப்பக்குளத்தில் இறங்கத் தொடங்கினான்

இறங்க இறங்க குளத்தின் ஆழம் புலப்பட்டது. இடுப்பளவு தான் என்று தைரியம் கொண்டான். குளத்தின் நடுவே வீற்றிருந்த செந்தாமரை பத்தடி தூரம் தான், எளிதில் எட்டி விடலாம் என்ற ஊக்கத்துடன் தொடர்ந்தான்.

மூன்று அடி எடுத்து வைத்திருப்பான், இடுப்பிலிருந்து நெஞ்சுக்கு எட்டியது நீர் மட்டம். சில்லென்று குளிர் நீரில் தன் தேகம் முழுவதும் சிலு சிலிர்த்தது.

நான்காம் அடி வைத்தான், ஆனால் கீழே தரை இல்லை. பெரும் ஆழம்.

தொபுக்கடீர் என்று முழுமையாக மூழ்கினான்.

ஓடும் வைகை ஆற்றிலும், குற்றாலச் சிற்றாறிலும் துள்ளி விளையாடி, பின் நீச்சல் அடித்த கட்டபொம்மனுக்கு, திடீரென இந்தக் குளத்தில் மூழ்கிய உடன் தத்தளித்தான்.

ஆழ் குளத்தில் தத்தளித்தான், மூழ்கினான், மூழ்கிக் கொண்டே இருந்தான். தன்னிலைப் படுத்த ஓரிரண்டு நிமிடங்கள் ஆயின. குளத்தின் நடுவில் உள்நீச்சல் அடித்து சம நிலைக்கு வந்தான்.

நடுக் குளத்தில் மிதக்க, குளத்தின் தரை மட்டம் தென்படவில்லை. சுற்றிப் பார்த்தான். ஆழ் குளமாக இருப்பினும் தெள்ளத் தெளிவான குளம். முழு ஆள் ஆழத்திலும் தெளிவாக இருப்பதை உணர்ந்த பின் வியக்காமல் இருக்க முடியவில்லை.

வியப்பதற்கு அது மட்டுமல்ல, பௌர்ணமி நிலவின் ஒளிக்கதிர்கள், தெப்பக்குளத்தின் மேல் பட்டுக் கம்பளியை துளைத்துக் கொண்டு அடி ஆழம் வரை செல்வதைக் கண்டு வியந்தான்.

பௌர்ணமி ஒளியில், குளத்தில் மூழ்கியும் இருள் சூழவில்லை. சற்றே நேராக செந்தாமரை பக்கம் திரும்பிப் பார்க்க, செந்தாமரையின் தண்டுகளும் கூட வெள்ளிக் கம்பளி போர்த்திய வண்ணம், பௌர்ணமி ஒளியில் மின்னிக் கொண்டு இருந்தன.

செந்தாமரையின் தண்டுகள் ஆழ் குளத்தின் எல்லையில்லா பாதாளத்திற்கு நீண்டு இருப்பதைக் காண முடிந்தது.

பௌர்ணமி ஒளிக் கதிர்கள் தெளிவான ஆழ் குளத்தில் இருள் விலக்க, கட்டபொம்மன் நடுக் குளத்தில் மிதக்க, செந்தாமரையும் அதன் தண்டுகளும் பட்டுச் சீலைபோல் மின்ன, விண்வெளியில் மிதக்கும் இரு துருவங்களைப் பிரகாசிக்கும் சூரியன் போல் காட்சி தென்பட்டது.

ஆச்சர்யத்தில் திகைத்தான், இரசித்தான். இந்த தெப்பக்குத்தில் - அல்ல, அல்ல - விண்வெளியில் மிதக்கும் தருணத்தின் உள்பொருள் என்னவென்பதை சிந்தித்தான்.

மூச்சுத் திணறியது. கடகடவென மேற்பரப்புக்கு நீந்தி மூச்சிரைத்தான்.

ஆழ்கனவில் - நிஜமாகிய கனவில் - மூச்சிரைத்தான்.

மேற்பரப்பில் வெகு நேரம் மிதக்க முடியவில்லை. ஏதேனும் ஆதரவு கிடைக்குமா என்று கால்கள் துளாவின.

துளாவிய கால்களுக்கு வேர்க் கொத்து ஒன்று கிட்டியது. எங்கிருந்து வந்தது என்று சிறிது நேரம் புலப்படவில்லை, ஆனால் வேர் கொத்துகளின் தடம் கிட்டியது. அந்தத் தடம் செந்தாமரையை நோக்கிச் செல்கின்றது என்பதை உணர்ந்தான்.

"ஆக்கம் அதர்வினாய்ச் செல்லும் அசைவிலா

ஊக்கம் உடையான் உழை"

திடீரென, எங்கிருந்தோ, ஒரு குரல் இந்தத் திருக்குறளை ஜெபித்தது. யாரடா அது என்று

ஆச்சரியத்தில் வலது புறம் திரும்பிப் பார்க்க, திருவே வடிவெடுத்தாற்ப் போல், பௌர்ணமி நிலவின் ஒளியில், வெள்ளைக் கம்பளி போர்த்தி மின்னிக்கொண்டு, ஞானிகளுக்கு எல்லாம் சிகரம், வள்ளுவர், திருவள்ளுவரே வீற்றிருந்தார்.

ஆச்சரியத்தில் திகைத்துப் போன கட்டபொம்மன், முன்போல் குழப்பம் அடையவில்லை. ஆச்சரியத்தில் புன்னகைத்தான்.

மாயக் கனவை, மாயைக்குள் மாயையை ரசிக்கத் தொடங்கினான்.

பால் வெள்ளை அங்கியில், நடு இரவில், பௌர்ணமி மின்கதிரில் மின்னும் மற்றொரு துருவமாக காட்சி அளித்தார்.

தெப்பக்குளத்தை வருடிய பூச்செண்டுகளுக்கு மத்தியில், தன் ஓலைச் சுவடிகள் ஒரு கையில், எழுத்தாணி மறு கையிலும் கொண்டிருக்க, தனக்கே முத்திரையான நீண்ட தாடியுடன், கம்பீரமாக, அமைதியாக, வீற்றிருப்பதைக் கண்டு ரசித்தான், மகிழ்ந்தான்.

கட்டபொம்மன் திரும்பிக் கூர்ந்து பார்க்க, திருவள்ளுவரோ தியானத்தில் கண் திறவாமல் அமர்ந்திருப்பதை உணர்ந்தான்.

"என்னடா இது அதிசயம்..." என்று புன்னகைத்துக் கொண்டே தன் இலக்கை நோக்கி, அந்த ஒற்றைச் செந்தாமரையை நோக்கிச் செல்லத் தொடங்கினான்.

ஐந்தாம் அடி எடுத்து வைக்க தெப்பக்குளத்தில் தெளிந்த நீர் சட்டென்று பிசு பிசுப்பான கஞ்சியாக மாறியது.

மாயைக் கனாவின் மாயம் பெரும் மாயமடா என்று தனக்குள் நினைத்து வியந்தான் - நிஜ

உலகில், அரச மரத்திற்கு அடியில் உறங்கும் கட்டபொம்மனின் முகத்தில் மெல்லிய அசட்டுப் புன்னகை.

இதற்கிடையில் தெப்பக்குளத்தின் கஞ்சியின் உராய்வில், நடக்க, வெல்ல, மீற, மூச்சிரைத்தான் கட்டபொம்மன்.

பிசுபிசுப்பின் நெருக்கடியில், திணற வைப்பதன் சூட்சுமம் விளங்கவில்லை; உள் அர்த்தம் எதுவோ என்று சிந்தை துலாவத் தொடங்கியது.

அதே சமயத்தில் தான் அணிந்திருந்த உள்ள அங்காடிகள், உடைமைகள் கனமாயின. தன்னைக் காத்து வந்த கவசங்கள் கனமாயின. தன் முழு சரீரமும் கனமாகியது.

ஆறாம் அடி எடுத்து வைத்ததும் திக்குமுக்காடினான். தன்னுள் சீறிப்பாயும் வீரம் துவண்டு போக ஆரம்பித்தது.

கைகளை அசைக்க முடியவில்லை. கால்கள் வலு இழந்தன. ஒவ்வொரு மூச்சும் அடி வயிற்றிலிருந்து வந்த மூச்சுத்திணறல்.

துவண்ட தோள்களும், தளர்ந்து தொங்கும் சிரமும், சோர்ந்த கண்களும், மார்க்கம் தேடிச் சுற்றிப் பார்த்தன. நீர் நிரம்பிய குளத்தில் இருந்தும் உச்சி வேர்த்தது. இலக்கை அடையாமல் திரும்பிச் சென்று விடலாமோ என்று மனம் தளர்ந்தது.

"தெய்வத்தான் ஆகா தெனினும் முயற்சிதன்

மெய்வருத்தக் கூலி தரும்"

சட்டென்று, அதே திவ்ய குரல் ஜெபித்தது. கட்டபொம்மன் வலது புறம் திரும்பிப் பார்க்க, அதே பொன்னிற வெண்மையில் திவ்ய தரிசனம் அளித்துக் கொண்டிருந்தார் வள்ளுவர்.

சோர்ந்து போன கண்களோடு கட்டபொம்மன் வள்ளுவரைப் பார்க்க, வள்ளுவர் மீண்டும்:

"தெய்வத்தான் ஆகா தெனினும் முயற்சிதன்

மெய்வருத்தக் கூலி தரும்"

என்று தன்னை ஆசிர்வதிப்பதுப் போல், தன்னை நேருக்கு நேர் பார்த்தபடி சொல்ல, சற்றே மனதில் உறுதியும், தெம்பும் வந்தன.

சிந்தித்தான், உராய்வின் பிசு பிசுப்பில் சிக்கிவிடக் கூடாது என முடிவு எடுத்தான். அதற்கான மார்க்கம் தேடினான்.

தன்னுடைய கவசங்களும், போர்த் தோரணைகளும் கனமாக இருப்பதை உணர்ந்தான். அவை எல்லாவற்றையும் கழட்டித் தூரப் போட்டான்.

தன்னுடைய வீர வாள் இடையூறாக இருப்பதை உணர்ந்தான். என் வீர வாளையுமா துறக்க வேண்டும் என்ற இந்தச் சூழ்நிலையை ஜீரணிக்க முடியவில்லை. வேண்டா வெறுப்பாக, வாளை தெப்பக்குளத்தில் வீசினான். தன் தந்தை ஆசையாகத் தந்த வீர வாள், தெளிந்த கஞ்சியின் பிசுபிசுப்பில் மெதுவாக மூழ்குவதைக் கண்டு மனம் கலங்கினான்.

இதெல்லாம் ஏன், ஏன் என்று மனம் குமுறியது - தன் இலக்கை, எதிர் வீற்றிருக்கும் அந்த மாயச் செந்தாமரையில் புதைந்து இருக்கும் இரகசியத்தை, ஆச்சரியத்தைக் காணவும்... அனுபவிக்க வேண்டுமே... என்ற அசைக்க முடியாத ஆர்வத்தின் விழைவு தானே - என்று மனதைத் திடப்படுத்திக் கொண்டான் கட்டபொம்மன்.

இப்போது நிராயுதபாணியாக, வெற்று உடம்பில், வெறும் உள்ளாடை மட்டுமே அணிந்து

கொண்டு ஏழாம் அடி எடுத்து வைத்தான் பாஞ்சாலங்குறிச்சியின் வேந்தன், செஞ்சிக் கோட்டையின் மாவீரன், பாளையக்காரர்களின் மகாராஜா, வீரபாண்டிய கட்டபொம்மன்.

தன் உடமைகளை எல்லாம் துறந்தபின், அவனுடை ஒற்றை இலக்கு, அந்த ஒற்றைச் செந்தாமரை, மேலும் பிரகாசமாய் ஜொலித்தது.

எட்டாம் அடி எடுத்து வைத்ததும் தெப்பக்குளத்தின் பிசு பிசுப்பான கஞ்சி மீண்டும் தெளிந்த நீராக மாறியது. சுலபமாகியது.

குளத்தின் தெளிந்த ஜில்லென்ற குளிர்ந்த நீர் தன் வெற்றுடம்பில், தோள்களில் நேரடியாக உரசுவதை உணர, ரசிக்க முடிந்தது.

தன் இரு கைகளைக் கூப்பி, கைக் கூப்பலுக்குள்அடங்கிய நீரை அள்ள, பௌர்ணமி நிலவின் வெண்ணிற வட்டம் தன் கைக் கூப்பலுக்குள் ஜொலித்தது.

சில நொடிகள் அந்த அழகுக் காட்சியை, அற்புதச் சூழலை ரசித்தான்.

இது வரை இந்தப் பயணத்தில், இந்த மாய யாத்திரையில், இப்போதுதான் தன் சூழலை, விதியை முழுமையாக ரசித்தான்

கைக் கூப்பலில் இருந்த பொன்னீரை பளீச்சென்று முகத்தில் தெளிக்க, தெளிந்த குளிர் நீர் சகல சோர்வையும் சனிக் கிரகத்துக்குச் சுருட்டி அனுப்பியதுடன், புதுப் பொலிவடைந்தான் கட்டபொம்மன்.

புது உற்சாகத்துடன், புத்துணர்ச்சியுடன் ஒன்பதாம் அடி எடுக்க, மார்பளவு இருந்த நீர் ஆழம் சட்டென்று, கால் முட்டி அளவுக்குக் குறைந்தது.

மாயம், மாயத்தில் மாயம்!

உள்ளாடை மட்டுமே அணிந்திருந்த கட்டபொம்மனின் முழு சரீரத்திலும் பௌர்ணமி இரவின் தென்றல் பாய்ந்தது.

ஓரிரு நிமிடங்கள் நின்றபடியே தென்றலை ரசித்தான். இதுவரை பட்ட கஷ்டங்களை, உழைப்பை சிந்தித்து எள்ளி மனதிற்குள் நகைத்தான், புன்முறுவலோடு!

தான் வந்த பாதையை திரும்பிப் பார்த்தான். தெப்பக் குளத்தின் கரையை எட்டிப் பார்க்க, எட்டடி தூரத்தில் இல்லை, ஆனால் இப்பொழுது எண்பது அடி தூரத்தில் இருப்பது போல் தென்பட்டது.

தான் வந்த பாதையைக் கூர்ந்து பார்த்தான்.

பார்க்கப் பார்க்க பொருள் விளங்கியது!

கடந்து வந்த பாதை வெறும் நீர்த் தெப்பக்குளம் அன்று, வாழ்க்கையின் குளமே!

எடுத்து வைத்த அடிகள் வாழ்க்கையின் பரிணாமப் பாதையே, என்ற உட் பொருள் விளங்கியது!

நாம் அனைவரும் வாழ்க்கை எனும் அழகான தெப்பக்குளத்தில், எந்தவித முன் அனுபவமும் இன்றி, பெரும் எதிர்பார்ப்புகளுடன், பெரும் உற்சாகத்துடன், ஆழம் தெரியாத குளத்தில், இறங்குகின்றோம்.

குழந்தைகளாய், இளவெட்டுகளாய், ஆரம்பத்தில் அரைக்கால் முழம் அளவு நீரில் வித்தைகள் காண்பித்தோம். இளரத்தம் வீரிப் பாய, கனவுகளோ மின்னும் நட்சத்திரங்கள், கைகள் எட்டிப் பிடிப்பதோ வான் மேகங்கள், தோள்கள் முட்டிப் பார்ப்பதோ

இமயமலையை. கனவுகளுக்கும், இலட்சியத்துக்கும் எல்லைகள் இல்லை.

சிறிது காலத்தில், வாழ்க்கையின் நீட்சியில், சில அடிகளுக்குப் பிறகு - வேலை, குடும்பம், பொறுப்புகள் வந்து குவிகின்றன!

இலட்சியங்களுக்கோ கால் கட்டு, கை கட்டு. துடிக்கும் குருதிக்கும், சீறிப்பாயும் நெஞ்சுக்கத்துக்கும் வேகத்தடைகளாய், உராய்வுகளாய் அன்றாட வாழ்க்கைப் பொறுப்புகள் அமைகின்றன.

இந்த உராய்வில் சிக்கித் தவித்தவர், கவிழ்ந்தவர் கணக்கில் அடங்கா.

அதே சமயத்தில், இந்த உராய்வில் தினசரிக் கடமைகளை செவ்வனே ஆற்றி, அன்றாடப் பொறுப்புகளில் வெற்றி கண்டு களித்தவர் பலர். அவர் அனைவரும் அவரவர் கோட்டைக்குள் மின்னும் நட்சத்திரங்களையும், பௌர்ணமி நிலவையும், தன் கைகூப்பலுக்குள் வருடியவர்கள் தான்!

இந்த தினசரி வெற்றிகளும், ஆரவாரங்களும் கூடிய குதூகல வாழ்க்கையில் மனதிருப்தி அடைந்தவர் பப்பலர்!

பிறப்பும் / இறப்பும், வாழ்வும் / சாவும் இந்தத் தரணியின் நிரந்தரக் கட்டமைப்புகளே!

இந்தக் கட்டமைப்புகளைத் தாண்டி, மீறி சாகாவரம் தேடி உழைப்பவர் சிலரே!

புவி ஈர்ப்புச் சக்தியைத் தாண்டி, இயற்கைக் கட்டமைப்பை மீறி, நிலவில் தாவி நட்சத்திரங்களை எட்டிப் பிடிக்க இச்சை கொள்பவர் சிலரே!

தனி மனிதனின் வாழ்க்கை நீட்சியோ அதிக பட்சம் 100 ஆண்டுகளாயினும், அவன் பெயர் பல நூறு ஆண்டுகள் பேசப்பட, பல தலைமுறைகள்

ஜெபித்து நினைவில் கொள்ள, காலத்தைத் தாண்டிய - செயல், விளைவு, பலன், தாக்கம் - செய்து மாண்டவர் சிலரே!

இதில் எவன் இவன் என்று முடிவெடுக்கும் தருணம் இதுவென்று புலப்பட்டது, கட்டபொம்மனுக்கு!

இதில் எமனுக்கு அடி பணிந்து போவதா, இல்லை கால தேவனோடு பயணிக்கத் தகுதியான செயல், கர்மம் புரிவதா என்று முடிவெடுக்கும் தருணம் இதுவென்று புலப்பட்டது.

இதில் தேவர்களையும் பாமர மக்களையும் நிலைகுலையச் செய்து அச்சுறுத்திய அசுரன், சூரபத்மனும் காலத்தை வென்றவன் தானே!

அசுரனைப் போன்றா இல்லை சூரபத்மனை வென்ற வெற்றிவேல் முருகனைப் போன்றா என்று முடிவெடுக்கும் தருணம்.

புத்தன், இயேசுநாதர், இளங்கோவடிகள், கம்பன், ராஜ ராஜ சோழன், மற்றும் தன்னருகே மாயையாக உருவெடுத்திருக்கும் திருவள்ளுவர் போல் பல ஆயிரம் ஆண்டுகளுக்கு, மாவீரத்திற்காகவும், நன்னெறிக்காகவும், தலைமுறை தலைமுறையாய் போற்றப்பட வேண்டுமா - போற்றப்பட தகுதி உடையவனா, போற்றப்டும் தகுதியைப் பெற அடுத்த கட்ட முடிவுகள், நடவடிக்கைகள் எதுவோ, என்ற முடிவை எடுக்கும் தருணம் இது என்பதை உணர்ந்தான் கட்டபொம்மன்.

இந்தத் தருணம் மிக முக்கியமான, மையமான தருணம் என்பதை உள் உணர்ந்தான்.

இந்தத் தருணத்தில் எடுக்கும் முடிவுகள் பல தலைமுறைகளை, பல வரலாறுகளை மாற்றி அமைக்கவல்லவை என்பதை உள் உணர்ந்தான்.

இந்தத் தருணத்தின் ஆழத்தை, கனத்தை உணர்ந்து பெரு மூச்சை உள்வாங்கினான்.

தன் ஒற்றை இலக்கை, அந்த மாயச் செந்தாமரையைத், திரும்பிப் பார்த்தான்.

பத்தாம் அடி எடுத்து வைக்க, தெப்பக்குளத்தின் பட்டுக் கம்பளியின் பின்னணியில், பௌர்ணமி ஒளிக்கதிரின் வெளிச்சத்தில், தங்கப் பஸ்பமாக ஜொலித்துக் கொண்டிருந்தது அந்த மாயச் செந்தாமரை.

அந்தச் செந்தாமரைக்கு மிகவும் அருகே வந்து, நேருக்கு நேர் மேல் நின்றபடி, கீழே குனிந்து தங்கப் பஸ்பமாக ஜொலிப்பதைக் கூர்மையாகப் பார்த்துக் கொண்டே இருக்க,

"வெள்ளத் தனையது மலர்நீட்டம் மாந்தர்தம்

உள்ளத் தனையது உயர்வு"

என்று கணீர் குரல் எதிரொலித்தது.

இப்போது பழக்கப்பட்டுப் போன கட்டபொம்மன், எங்கும் துளாவாமல் நேரடியாக வள்ளுவரை நோக்க, திவ்ய தரிசனமாக திருவள்ளுவர் மெல்லிய புன்முறுவலோடு, இப்போது கண் திறந்தபடி, கட்டபொம்மனை நேருக்கு நேர் பார்த்தபடி, மீண்டும் ஒரு முறை,

"வெள்ளத் தனையது மலர்நீட்டம் மாந்தர்தம்

உள்ளத் தனையது உயர்வு"

என்று கணீரெனப் போதித்தார்.

இதைக் கேட்ட பிறகு கட்டபொம்மனுக்கு ஏதோ ஒரு ஆனந்தக் களிப்பு மனதிற்குள். பல நாட்களாகத் தன்னைச் சுழற்றிக் கொண்டிருந்தக் குழப்பங்கள்,

மன அடைப்பு நீங்கியது போல் ஓர் திருப்தி. எதோ ஓர் பெரிய கலங்கரை விளக்கம் அடைந்தது போல் ஏகாந்தம்.

திருவள்ளுவரைப் பார்த்துத் தலை அசைத்துக் கட்டபொம்மன் ஆமோதிக்க, வள்ளுவரும் ஆசிர்வதிப்பது போல் கையை உயர்த்தி ஆமோதிக்க, இருவரும் கண் அசைவிலேயே பேசிக் கொண்டனர்.

திருவள்ளுவரின் ஆசிர்வாதத்தோடு, கட்டபொம்மன் கீழே குனிந்து, தங்கப் புஷ்பமாய் ஜொலிக்கும் செந்தாமரையை, மெதுவாக வருடி, அதன் ஜொலிப்புக்கு எந்த வித களங்கமும் இன்றி மெதுவாக வேர்களைப் பிடுங்கி தன் அகத்தே கொண்டுவந்தான்.

"ம்...ம் ..."

செந்தாமரையின் வாசனையில், நறுமணத்தில், மெய்மறந்து போனான்...!

தேவலோகத்தில் இருக்கிறேனா, இல்லை அமிர்தத்தைச் சுவாசித்து விட்டேனா, என்றெல்லாம் கண்ணை மூடிக் கொண்டு, உச்சக்கட்ட ஆனந்தத்தில் மிதக்க ஆரம்பித்தான் கட்டபொம்மன்.

செந்தாமரையின் வாசனையில் தன்னை மறந்து ஆனந்தக் களிப்பில் மூழ்கி இருக்க... சட்டென்று.. தெப்பக்குளத்தில் சலசலப்பு.

பட்டுக் கம்பளியில் அலைகள்...

செந்தாமரையைப் பிடுங்கி எடுத்த அந்த இடத்தில் பெரும் நீர்ச்சுழி தொடங்கியது...

சாந்தமாக இருந்த தெப்பக்குளத்தில் பெரும் அலைகள், சூறாவளிக் காற்று...

அமைதியாக இருந்த மாயலோகத்தில் படீர் படீர் என்று இரும்பு வார்ப்புகளை இடிக்கும் சத்தம்...

மெல்லிய பௌர்ணமி நிலவின் ஒளிக்கதிர்கள் இப்போது சுட்டெரிக்கும் சூரியன் ஒளிபோல் பிரகாசித்தன...

மாயையின் நிலை மாறியது...

நிலம் நடுங்கத் தொடங்கியது...

கட்டபொம்மனால் தாக்குப் பிடிக்க முடியவில்லை, சமநிலையில் இருக்க முடியவில்லை...

கீழே விழ, மூழ்குவதிலிருந்து தப்பிக்க முற்பட, விட்டத்திலிருந்து ஆலமரக் கிளைகள் போல் ஏதோ ஒன்றை எட்ட, கைகளை நீட்ட...

“அண்ணா... அண்ணா...” என்று பின்னணியில் எதிரொலி கேட்க... குழப்பத்தில் திக்குமுக்காடி... அகன்ற கண்களோடு சுழன்று துளாவ...

“அண்ண்ண்ணா...” என்ற பெரும் எதிரொலியுடன் தோள்களை யாரோ குலுக்க..

சட்டென்று கண் திறந்து விழித்தான் கட்டபொம்மன்...

சட்டென்று கண் திறந்து மாயை உலகை விட்டு... நிஜ உலகிற்கு வந்தான்..

நிஜமே ஆகிய மாயக் கனவில் இத்துணை நேரம் ஆழந்ததில்... ஆழ்ந்த கனவிலிருந்து வெளியே.. நிஜ உலகிற்கு நிஜமாக வந்ததில்.. திகைப்பு... அதிர்ச்சி... பெருமூச்சு...

“என்ன அண்ணா ரொம்ப ஆழ்ந்த தூக்கமோ...??” என்று ஊமைத்துரை கேலியாக புன்னகைக்க,

“எழுந்திருங்கள் அண்ணா நேரம் ஆகிவிட்டது.. அந்த ஆங்கிலேயன்... ஜாக்சனைப் போய்ப் பார்க்க” என்று சொன்னதும், கட்டபொம்மன் சமநிலைக்கு வர ஓரிரு நிமிடங்கள் ஆயின.

எழுந்தான்... தமையன் கொடுத்த சொம்பில் இருந்த நீரைப் பளீச்சென்று முகத்தில் வீசித் தெளிவடைந்தான்.

புத்துணர்வோடு, மிகுந்த தெளிவோடு, உயர்ந்த லட்சியத்துடன், மறு பிறவி எடுத்தாற்போல் மனதில் பொலிவடைந்தான்.

பஞ்சகல்யாணியின் அருகே சென்று மெதுவாக அதனைச் செல்லமாகத் தழுவி, கயிறுகளை இறுக்கிக் கட்டி, குதிரை சவாரிக்குத் தயாராகினான்.

அரசர் மேல் ஏதோ ஒரு மாற்றம் தெரிவதை அங்கிருந்த அனைவரும் சற்று உணர்ந்தனர்.

கட்டபொம்மன் முகத்தில் ஏதோ ஒரு புதுப் பொலிவு. ஏதோ ஒரு புதுத் தெளிவு. ஏதோ ஒரு பெரும் புதையலை, ரகசியத்தை கண்டறிந்தது போல் ஒரு நிம்மதி கலந்த உற்சாகத்தை தளபதி கண்டு கொண்டார்.

வெள்ளையத்தேவனுக்கு, உறக்கத்தின் போது என்ன நடந்தது என்று புலப்படவில்லை. ஆனால் அரசர் மிகுந்த தெளிவடைந்து உற்சாகத்தில் இருப்பதை உணர்ந்து தானும் திருப்தி அடைந்தான்.

“அரசே, புறப்படலாமா?...” என்று தளபதி மெல்லிய புன் முறுவலோடு கேட்க... “சூரிய அஸ்தமனத்திற்கு முன் சென்று பார்க்க வேண்டும்...” என்று தானாவதிப் பிள்ளையாரின் கூற்று எட்டியது.

அனைவரும் குதிரைமேல் ஏறினர்; ஜாக்சன் துரையைச் சந்திக்கத் தயாராகினர்.

கட்டபொம்மன் பஞ்சகல்யாணியின் மேல் இரண்டடி முன்சென்று, திரும்பி, அனைவரையும் நேருக்கு நேர் கூர்மையாகப் பார்த்தான். ஓரிரு நிமிட மௌனத்தில் மற்ற நால்வரின் கவனத்தை ஈர்த்தபின்,

"அஸ்தமனம் இல்லை சகோதரர்களே..."

"விடியல்.."

"விடியல்..."

"இன்று ஒரு புது விடியலின் துவக்கம்..."

"ஒரு புது சகாப்தத்தின் விடியல் இன்று..!!"

என்று உறக்கச் சொன்னான் கட்டபொம்மன்..

"பஞ்சகல்யாணி......ம்...விரைந்து செல்..."

"விரைந்து செல்..."

"இன்னும் பல மையில்கள் இருக்கின்றன செல்வதற்கு...!!"

அநுபந்தம் #1
உத்வேகம் தந்த
திரைப்படங்கள்

<u>**தேவர் மகன்:**</u> சிறு வயதில், என்னை மெய் சிலிர்க்க வைத்த முதல் படம் தேவர் மகன். நடிகர் திலகம் சிவாஜி கணேசன் ஐயாவும், சகலகாலா வல்லவன் கமலஹாசன் அவர்களும் ஒருவருக்கொருவர் மெச்சி நடித்தது - என்னைப்போன்ற திரைப்பட இரசிகர்களுக்குக் கிடைத்த வரப்பிரசாதம். இதில் முக்கியக் கருவான ***"வெத வெச்சவன் நான், பழம் தின்னப்போவது நானல்ல, என் பேராண்டிகள்"*** என்ற காட்சி வரிசை, ஒரு தலைவனின் இன்றியமையாப் பொறுப்பையும், எதிர்காலத்தை நோக்கியே இன்றைய கர்மச் செயல்கள் இருக்க வேண்டும் என்ற சித்தாந்தத்தை வலியுறுத்துகிறது.

<u>**தளபதி:**</u> மஹாபாரதத்தில் வரும் கர்ணன், துரியோதனன்

சகோதரத்துவத்தை, சூழ்நிலைகளை, இந்தக் காலத்தில் பிரதிபலித்துக் காட்டிய திரைப்பட இயக்கத்தின் நுட்பம் ஆச்சரியத்தைத் தூண்டியது. ஒரு சங்ககால நிகழ்வை, அதன் கருவூலத்தை, இப்போதைய நிகழ்வுகளோடு ஒன்றிணைத்துக் காண்பித்து வெற்றி கண்ட படங்களில் தளபதி திரைப்படமே முன்னோடி என்று நினைக்கிறேன்.

<u>**ரங்கு தே பசந்தி:**</u> தளபதி திரைப்படம் ஒருபடி என்றால் 15 ஆண்டுகளுக்கு அப்புறம் வெளியான ஹிந்தி (Hindi) திரைப்படம் ரங்கு தே பசந்தி (Rang De Basanti) 10 மடங்கு சிறப்பு. பகத்சிங், சந்திரசேகர் அஜாத, அசப்குள்ள கான், ராஜகுரு, போன்ற போராட்ட வீரர்களின் போராட்டத்தை இன்றைய அரசியல் சூழலைத் தழுவிச் சித்தரித்தது, தூய நுண்ணறிவு.

<u>**தி லாஸ்ட் சாமுராய் (The Last Samurai):**</u> பழமையும், கலாச்சாரமும், நவீனத் தொழில்நுட்பத்துடன் ஒன்றிணைந்து முன்னேறிச் செல்ல முடியும்

என்பதற்கு ஜப்பானிய நாட்டின் வளர்ச்சி ஓர் எடுத்துக்காட்டு. இந்த ஒன்றிணைப்பின் மூலம், கரு அதனைத் தழுவியே இந்தத் திரைப்படம்.

<u>மைனாரிட்டி ரிப்போர்ட் (Minority Report) & ஐ ரோபோட் (i Robot):</u> இந்த இரு திரைப்படங்களும் 2002 & 2005 ஆம் ஆண்டுகளில் வெளியானவை. இதில் வரும் நவீனத் தொழில்நுட்பக் கருவிகளும், இயந்திரங்களும் அன்று வெறும் மாயையாய், புகைக் கனவாகவே இருந்தன. ஆனால் இன்று 2021 ஆம் ஆண்டில் அதில் பல நனவாகிக் கொண்டிருக்கிறன. தானே இயங்கும் கார் வாகனம், தொட்டால் வேலை செய்யும் கம்ப்யூட்டர் கண்ணாடிகள், காதில் மாட்டி தொலைபேசக் கூடிய ப்ளூடூத் கருவி (Bluetooth Earphone), இவை யாவும் அன்று இல்லை. ஆனால் இன்று எல்லோரும் சகஜமாக உபயோகிக்கின்றனர்.

எவன் ஒருவன் எதிர்காலத்தைக் கனவு கண்டு, எதிர்காலத்தைச் சித்தரிக்கின்றானோ அவனுக்கே எதிர் காலம் சொந்தமாகிறது என்ற கூற்றுக்கு இவைதான் சான்றிதழ்கள்.

<u>300 & லார்ட் ஆஃப் தி ரிங்ஸ் (Lord of Rings):</u> போர்! போர்! போர்! போர் புரியும் கம்பீரத்தைப் பிரம்மாண்டமாகச் சித்தரித்த படங்கள் இவை இரண்டும். வல்லான் வகுத்ததே வரலாறு என்று இருக்க அந்த வல்லவனையும் கீறிப் பார்க்க முடியும், வரலாற்றை மாற்றி அமைக்க முடியும் என்பதை வலியுறுத்தும் திரைக்கதைகள். விதியை மதியால், ஒற்றுமையால், விடாமுயற்சியால் வெல்ல முடியும் என்பதை பறைசாற்றும் வகையில் அமைந்த திரைப்படங்கள்.

CPSIA information can be obtained
at www.ICGtesting.com
Printed in the USA
BVHW071720041021
618129BV00006B/102

9 781685 234164